இமயமலை சும்மாதானே இருக்கிறது

அ. முத்துலிங்கம் தேர்ந்தெடுக்கப்பட்ட கட்டுரைகள்

தொகுதி – 3

இமயமலை சும்மாதானே இருக்கிறது

அ. முத்துலிங்கம் தேர்ந்தெடுக்கப்பட்ட கட்டுரைகள்

தொகுதி – 3

தேர்வும் தொகுப்பும்

இரா. துரைப்பாண்டி

Title: Imayamalai Summaathaane Irukkirathu
Author's Name: Appadurai Muttulingam
Copyright © Appadurai Muttulingam
Published by Ezutthu Prachuram

Ezutthu Prachuram
(An imprint of Zero Degree Publishing)
No. 55(7), R Block, 6th Avenue,
Anna Nagar,
Chennai - 600 040

Website: www.zerodegreepublishing.com
E Mail id: zerodegreepublishing@gmail.com
Phone: 89250 61999

Ezutthu Prachuram First Edition: June 2023
ISBN: 978-93-90053-55-1
TITLE NO EP: 435

Cover Design & Layout: Vijayan, Creative Studio

முன்னுரை

முன்னுரை என்பது புத்தகத்தின் உள்ளடக்கம் அதன் ஆழ அகலம் குறித்து வாசகர் எளிதாக விளங்கிக்கொள்ள உதவும் ஒரு வழிகாட்டி உரை. எனது வாசிப்புப் பழக்கத்தில் எப்போதும் முன்னுரை, அணிந்துரை, மதிப்புரை, என்னுரை போன்றவற்றைக் கடந்து நேரடியாக படைப்பை வாசிக்கத் துவங்குவதை வழக்கமாக்கிக் கொண்டேன். அதற்கு ஒரு காரணம் உண்டு. ஃபிரெஞ்சு இலக்கிய விமர்சகர் ரோலண்டு பெர்த் எழுதிய "படைப்பாளனின் மரணம்" (Death of an Author) கட்டுரையே அதற்குக் காரணம். அந்தக் கட்டுரை எழுபதுகளில் போஸ்டுஸ்டக்சுரலிசம் என்கிற வகைமாதிரியை உருவாக்கியது. படைப்பு முடிந்தபின் படைப்பாளனுக்குப் படைப்பில் பங்கில்லை, அதற்குப் பதிலாக அது வாசகனுக்கான தளமாக மடைமாற்றப்படுகிறது, அங்கே தன் புரிதல்கள் வழியாக வாசகன் புதுப் படைப்பாளியாக மாறிவிடும் மடைமாற்றம் துவங்கிவிடுகிறது.

ஆனாலும் அ.முத்துலிங்கம் அவர்களின் 21 கட்டுரைகள் அடங்கிய மூன்றாவது கட்டுரைத் தொகுப்பிற்கும் முன்னுரை

எழுத வேண்டியது எனக்கு முக்கியமாகிறது. அவரைத் தொடர்ந்து வாசித்து வருகிறவர்களில் நானும் ஒருவன் என்பதால் வாசகர் திசை திரும்பி விடாமல் இருக்க, பெருவழிப் பாதைகளில் ஆங்காங்கே இருக்கும் கைகாட்டிப் பலகையைப் போல இந்த முன்னுரையைக் கருதுகிறேன்.

வாழ்க்கை பல்வேறு வண்ணங்களுடன் எதிர்நிற்கிறது, அதில் அனேகம் பேர், மீன்தொட்டியை மட்டுமே தன் உலகமாகக் கருதும் வளர்ப்பு மீன்களைப் போல வாழ்வை எதிர்கொள்கிறார்கள். சிலர் மட்டுமே உலகின் விரிவை, அதன் மாற்றங்களை, போட்டிகளை, சிக்கல்களை எதிர்கொள்கிறார்கள். இந்த முரண்பாட்டினை அழகாகப் பல கட்டுரைகளிலும் பல்வேறு புனைவுகளிலும் அ.முத்துலிங்கம் அவர்கள் காட்சிப்படுத்தியிருக்கிறார். இந்தத் தொகுப்பின் முதல் கட்டுரையே அப்படித்தான் துவங்குகிறது.

மேற்கு ஆப்பிரிக்காவின் அதிகம் வைரம் கிடைக்கும் நாடுகளில் ஒன்றான சியாரா லியோனில் அந்த நாட்டின் எளிய மக்கள், மழைக்காலங்களில் வைர வேட்டையில் அலைவதையும் அவர்களின் உழைப்பு அரசு அதிகாரத்தின் கையிலும் வைர வர்த்தகர்களின் கைகளிலும் சிக்குண்டு வீணாவது நம்மை அதிர்ச்சிக்குள்ளாக்குகிறது. உலகின் மூன்றாவது பெரிய வைரம் கிடைத்தபோது நிகழும் காட்சிகளில் துவங்குகிறது கட்டுரை. முடிவில் அரசு அனுமதி இன்றி வைரத்திற்காக நதியோரம் மணல் நோண்டித் தேடும் இரு எளிய பெண்கள் கைது செய்யப்படும் துயரத்தில் முடிகிறது.

அந்த நாட்டைப் பற்றிக் குறிப்பிடும்போது, "சாதாரண விவசாயம் செய்துவந்த ஏழை மக்கள் அந்தத் தொழிலைத் துறந்துவிட்டு வைர வேட்டையில் இறங்கினார்கள். ஒரு நல்ல விவசாய நாடு வைரம் தேடும் பேராசைக்காரர்களால் நிறைந்துகொண்டு வந்தது" என்கிறார்.

அதேபோல வைரம் எடுப்பதற்கான அரசு உரிமம் உங்களிடம் இல்லையே, ஒருவேளை அரசு கைது செய்தால் என்ன செய்வீர்கள் என்று அந்தப் பெண்களிடம் ஒரு கேள்வி கேட்கிறார்

"எனக்கு ஒரு கேள்வி இருந்தது. 'இது சட்டவிரோதமான காரியம் அல்லவா?' அவ்வளவு குறைந்த நேரத்தில் முழுச் சிரிப்பில் இருந்து முழுக் கோபத்துக்கு ஒருவர் மாறியதை அன்றுதான் கண்டேன். அம்மாக்காரி சொன்னாள், 'சட்டவிரோதமா? அவர்கள் என்னைக் கொல்லட்டும், என்னை உதைக்கட்டும். நானும் என் மகளும் இன்று காலை உணவு சாப்பிட்டோமா என்று ஒருவருமே கேட்பதில்லை. என்னுடைய ஆற்றுத் தண்ணீரில் நான் நிற்கக்கூடாதா?' " என பதிலளிக்கிறார்கள். அடுத்த முறை அந்தப் பகுதியைக் கடக்கும் போது அந்தப் பெண்கள் கைது செய்யப்பட்ட தகவல் அங்கே வைரம் தேடும் வேறு நபர்கள் வழியாகக் கிடைக்கிறது அவருக்கு. அந்த நிகழ்வை ஒரு புகைப்படம் போல நம் மனதில் பதிய வைக்கிறார்.

பார்க்கும் காட்சிகளை அப்படியே எழுத்தில் கொண்டு வந்து நிறுத்துவது என்பது பெரும் கலை. உதாரணமாக சிங்கப்பூரில் நடந்த உலகத் தமிழ் இணைய மாநாட்டில் ஆய்வுக் கட்டுரைகள் வாசித்தவர்கள் மற்றும் ஒருங்கிணைப்பாளர்களுக்கு அந்த நாட்டின் ஜனாதிபதி ஒரு விருந்தளித்தார். அதில் கட்டுரையாளனாக நானும் கலந்துகொண்டேன். அப்போது நான் மரக்கறி உணவுப் பழக்கத்தில் இருந்தேன். பக்கத்து மேசையில் எழுத்தாளர் சுஜாதாவும் அவர் மனைவியும் அமர்ந்து உணவருந்துவது போல பாவனை செய்தனர். அந்த நிகழ்வை அப்படியே அடுத்த வாரம் விகடனில் "கற்றதும் பெற்றதும்" தொடரில் காட்சிப்படுத்தி இருப்பார். நான் நேரில் இருந்தவன் என்பதால் வியந்து போனேன். இதிலும் எனக்குத் தொடர்புடைய ஒரு கவிஞர் குறித்த விவரணை, தமிழகத்தின் கவிஞரான பெருங்கவிக்கோ வா.மு.சேதுராமன் அவர்களைக் கனடாவில் சந்தித்த நிகழ்வைக் குறித்த கட்டுரையில் அவர் மீசையைக் குறித்து எழுதியது என்னை வியக்க வைத்தது. ஐயா சேதுராமன் அவர்களை நான் இரண்டு மூன்று முறை சந்தித்துள்ளேன், அவர் மீசை குறித்து எனக்கு என்ன மனச்சித்திரம் எழுந்ததோ அதை அப்படியே எழுத்தில் கொண்டு வந்திருப்பார். அதே போல சினிமாவுக்குப் பாடல்

எழுதும் வரை செருப்பு அணிய மாட்டேன் என்கிற அவர் சபதத்தால் சில ஆண்டுகள் செருப்பில்லாமல் அலைந்து திரிந்ததையும் அப்புறமாக சினிமாவிற்கு எழுதமாட்டேன் என சபதத்தை மாற்றி செருப்பணிந்ததையும் குறிப்பிடும் "இரு கவிகள்" கட்டுரை அழகானது. அதில் வரும் இன்னொரு கவிஞர் பல்வேறு கவிதைகளை எழுதி அதில் ஏதொன்றையும் பதிப்பிக்காமல் இருக்கிறார், தன் வீட்டின் தோட்டத்தையே வெளியில் நின்று ஒரு தொடர்பற்ற பார்வையாளனைப் போல இரசித்து விவரணை செய்கிறார் என்பவை எல்லாம் அழகான இடங்கள்.

எடிசன் 1891 என்கிற சைமன் ரிச் எழுதிய கதையைத் தமிழாக்கம் செய்துள்ளார், அதைப் படித்த போது ஆண்டன் செக்காவ் எழுதிய சிறுகதைதான் உடனே நினைவுக்கு வந்தது. பெரிய சிறப்பம்சங்கள் நிறைந்த பாலம் ஒன்றினைக் கட்டிய பொறியாளர் அதன் திறப்பு விழாவின் போது அவருடன் வந்த பெண் மேடைக் கலைஞர் பின்னால் கூட்டம் சென்றதைப் பார்த்துப் புலம்புவது அந்தக் கதையின் சாராம்சம். அதேதான் முதல் சலனப்படக் கருவியைக் கண்டுபிடித்து பத்திரிகையாளர்களுக்குக் காட்சிப் படுத்தும் போது எடிசனுக்கு நிகழ்கிறது, எனில் யாருக்குப்பின் இந்த உலகத்தின் கும்பல் மனோபாவம் கொண்டவர்கள் திரள்வார்கள் என்பதை எளிதில் விளங்கிக்கொள்ளலாம்.

இமயமலை சும்மாதானே இருக்கிறது என்கிற கட்டுரை பட்டிமன்றப் பேச்சாளர் ராஜாவுடனான உரையாடல். அவர் ரஜினி நடித்த சிவாஜி படத்தின் அனுபவங்களைக் குறித்து உரையாடுகிறார்கள். அதில் இந்தக் கட்டுரைத் தலைப்பு வரும் இடத்தை நீங்களே வாசித்து மகிழ்ந்து பாருங்கள்.

எதிர்பாராதது கட்டுரையில், உலகப்புகழ் பெற்ற ஆலிவுட் நடிகர் ஹார்சன் ஃபோர்டு அவர்களை எதிர்பாராமல் ஒரு பஸ் பயணத்தில் சந்திக்க நேர்ந்து அருகருகே அமர்ந்து நிகழ்ந்த உரையாடலைக் கட்டுரையாக்கி இருப்பார்.

என்னைவிட்டுத் தெப்புவது, முதல் சம்பளம் என்ற இரண்டு

கட்டுரைகளும் அவர் வாழ்க்கைச் சம்பவங்களின் காட்சிப் படிமங்கள். அதேபோல பழைய புகைப்படம் கட்டுரையும் சிறுவயதில் நாம் எடுத்த புகைப்படத்தை எதிர்பாராமல் காணக்கிடைக்கும் போது நிகழும் மன எழுச்சியை அற்புதமாகக் காட்சிப்படுத்துகிறது. அந்தக் குழுப் புகைப்படத்தில் அவரின் சிறுவயதுத் தோற்றத்தை யாருமே கண்டுபிடிக்க இயலாமல் போவது பற்றிய இடத்தை விவரிக்கும்போது பழைய நினைவுகளால் ஏற்படும் நாஸ்டால்ஜிக் தருணங்களை நம்மால் உணர இயல்கிறது.

நம்ப முடியாது கட்டுரையில் பல்வேறு கின்னஸ் சாதனைகளுக்குச் சொந்தக்காரரான கனடாவைச் சார்ந்த சுரேஷ்ஜோகிம் உடனான சந்திப்பும் அவர் நிகழ்த்திய சாதனைகள் வழியாகத் திரட்டப்பட்ட நிதி உலகம் முழுதுமுள்ள எத்தனை மனிதர்களுக்கு உதவியுள்ளது என்பதை விவரிக்கிறது. அவர் பட்டியலிட்டுள்ள சாதனைகளைக் குறித்துப் படிக்கும் போது நம்மாலும் நம்பத்தான் முடியவில்லை.

கலைஞர் கருணாநிதி அவர்கள் குறித்த தங்கத் தாம்பாளம் கட்டுரை, கலைஞரின் பல்வேறு திறன்களை, கட்டுரை போன்ற விவரணை இன்றி கண்முன் நிறுத்துகிறது, அதேபோல கோப்பிக் கடவுள் கட்டுரை உலகப் புகழ் பெற்ற ஸ்டார்பக்ஸ் நிறுவனத்தின் அதிபரின் இன்னொரு அழகான முகத்தைக் காட்சிப்படுத்துகிறது. அவரின் நிதியுதவியால் படிக்கும் ரியோ என்ற மாணவன் அவரை முதன்முதலாகச் சந்திக்கும் தருணம் இப்படி எழுத்தாகிறது.

"ரியோவின் தலைக்குள் இருதயம் அடிக்கத் தொடங்கிவிட்டது. தலைவர் 'மகிழ்ச்சி, மகிழ்ச்சி' என்று இரண்டு தரம் சொல்லி அவன் பக்கம் தன் கையை நீட்டினார். பட்டுப்போல காற்றிலே அசையும் மெல்லிய துணியிலே தைத்த மடிப்புக் கலையாத ஆடையில் அவர் கம்பீரமாகக் காட்சியளித்தார். ரியோ அவசரமாக வலது கையில் இருந்த காப்பிக் கோப்பையை இடது கைக்கு மாற்றிவிட்டு கையை நீட்டினான். எத்தனை முயன்றும் முகத்தில் இருந்த பதற்றத்தை அவனால் அகற்ற

முடியவில்லை. கை நடுங்கியது. ஒரு துளி கோப்பி அவருடைய வெள்ளை உடுப்பில் தெறித்து கறுப்பு வட்டமாக மாறியது.

ரியோ நடுங்கிவிட்டான். 'ஓ மன்னியுங்கள், மன்னியுங்கள்' என்று கத்தினான். 'இதில் என்ன? பல தடவை நடந்திருக்கிறது. உலகத்துக்கு கோப்பியை உற்பத்தி செய்வதிலும் பார்க்க அதை உடையில் கொட்டுவதில்தானே என் சாமர்த்தியத்தை இதுவரை காட்டி வந்திருக்கிறேன்' என்றார் கடவுள்."

என்னென்னவோ கிடைத்தாலும் வாழ்வின் துயரமிகு சம்பவம் நாம் விரும்புகிறவர்கள் அருகிருக்காமல் போவது, தனித்து நின்ற பெண் கட்டுரையில் அதை நேர்படச் சொல்லாமல் கவித்துவமான விவரணை வழியாக அந்தப் பெண்ணின் துயரத்தின் வழியே மனித இனத்தின் சிறு எதிர்பார்ப்புகளையும் அவை நிறைவேறாத தருணத்தில் நிகழும் மன அழுத்தத்தையும் நமக்குள் உருவாக்கிவிடுகிறார். இத்தனைக்கும் அந்தப் பெண்ணைப் பற்றிய விவரணை சிற்சில இடையிடையிலான விவரிப்பு மட்டுமே, அதன்வழியே அந்தப் பெண் நிலையைக் குறித்து நமக்குத் துக்கமேற்படுத்திவிடுகிறார்.

இந்தத் தொகுப்பின் ஆகச்சிறந்த கட்டுரை ஐயாவின் கணக்குப் புத்தகம். அ.முத்துலிங்கம் அவர்களின் சிறுவயது முதல் பார்த்து வந்து அவரின் அப்பாவின் மீதான பார்வை அவருடைய தந்தையின் மறைவுக்குப் பின் அவர் பெட்டியினுள் கண்டெடுக்கும் அவருடைய கணக்குப் புத்தகத்தைப் பார்ப்பதில் முடித்து ஒரு முழுமையான வாழ்வனுபவத்தை வாசகனுக்குத் தந்துவிடுகிறார். இடையில் அவருடைய அப்பாவைச் சந்திக்க வரும் பெரியப்பாவின் தற்கொலை ஏற்படுத்தும் அதிர்ச்சி நம்மையும் சூழ்ந்துகொள்கிறது.

வாழ்வின் நிரந்தரமின்மையும் அதன் சக்கரச்சுழற்சியின் வழியே ஒவ்வொருவரும் அடையும் அனுபவமும் முழுவதுமாகப் பொதுமைப்படுத்த இயலாதவை, ஆனால் அனைவரின் வாழ்வனுபவங்களிலும் பொதுமைப்படுத்தி இணைத்துப் பார்க்கக் கூடிய தருணங்கள் பல உண்டு. அதைத்தான் எந்தப் படைப்பில் பார்க்க நேரும்போதும், நாம் அந்தப் படைப்பினுள்

கரைந்து அந்தப் படைப்பின் ஒரு பகுதியாகவே இணைந்து விடுகிறோம். அப்படியான பல்வேறு கணங்களை இந்தக் கட்டுரைத் தொகுப்பு நமக்குத் தருகிறது.

அ.முத்துலிங்கம் அவர்களின் பல்வேறு நாடுகளில் வசித்த அனுபவங்களை அவர் எழுதிச் செல்லும்போது, நமக்கு பல்வேறு பண்பாட்டு அடையாளங்கள் குறித்து அறிந்துகொள்ளும் வாய்ப்புக் கிடைக்கிறது. அ.முத்துலிங்கம் விரைவில் அனைத்து மானுட மனத்திலும் இடம் பெற வேண்டும். ஏனெனில் அவர் வெறுமனே எழுதவில்லை... அனைத்து உயிர்களின் மீதான நேசிப்பில் நம்முடன் பேசுகிறார்.

- இரா. துரைப்பாண்டி

பொருளடக்கம்

என்னைக் கொல்லட்டும் என்னை உதைக்கட்டும்

நான் ஆப்பிரிக்காவுக்குப் போய்ச் சேர்ந்த அந்த வருடம்தான் உலகத்தின் மூன்றாவது பெரிய வைரக்கல்லைக் கண்டுபிடித்தார்கள். உலகத்தின் வைரம் விளையும் நாடுகளில் சியாரா லியோன் பிரசித்தமானது. அந்த ஆண்டு சியாரா லியோனில் கண்டுபிடிக்கப்பட்ட வைரம் 969 காரட்டில், அரை ராத்தல் எடை இருந்தது என்று பத்திரிகைகள் வர்ணித்தன. பெரிய வைரம் கிடைத்த நாளை அரசாங்கம் கொண்டாடியது. அதுவும் பொருத்தமாக காதலர்கள் தின நாளில் கண்டுபிடிக்கப்பட்டிருந்ததால் 'உங்கள் காதலிக்கு வைரம் பரிசளியுங்கள்' என்று விளம்பரம் வேறு செய்தார்கள். சாப்பிடுவதற்கு வழியில்லாத ஏழை மக்கள் வைரத்துக்கு எங்கே போவார்கள்.

அரசாங்கம் வைரம் கிடைத்ததை நினைவுகூரும் விதமாக ஒரு தபால்தலை வெளியிட்டது. முக்கோண வடிவத்தில் புது வைரத்தின் படத்துடன் வெளிவந்த அபூர்வமான தபால்தலையை வாங்கி தபால்தலை சேகரிக்கும் இலங்கை நண்பர்களுக்கு நான் அனுப்பிவைத்தேன். புதிதாகக் கண்டுபிடித்த வைரத்தை வெட்டுவதற்கு உலகத்திலேயே தலைசிறந்த வைரம் வெட்டும்

நிபுணரான *Lazane Kaplan* என்பவரை நியமித்தார்கள். அவர் ஒரு வருடகாலமாக அந்த வைரத்தின் முன் உட்கார்ந்து அதைப் பல கோணங்களிலும் படித்து ஆராய்ந்து திட்டமிட்டார். இறுதியில் அமெரிக்க தொலைக்காட்சியின் முன் கோடிக்கணக்கான மக்கள் பார்க்க அதை வெட்டினாராம். *The Star of Sierra Leone* என்ற அந்த வைரமும், சியாரா லியோனும் உலகப் பிரபலமானது அப்படித்தான்.

சியாரா லியோனின் கிழக்குப் பகுதிகளில் வைரம் விளைந்தது. ஆற்றோரங்களில் சனங்கள் கும்பல் கும்பலாக ஆற்று மணலை அரித்து வைரம் தேடுவது சாதாரணக் காட்சி. உரிமம் இல்லாமல் வைரம் அரிப்பவர்களுக்கு அரசாங்கம் கடுமையான தண்டனை விதிக்கும் என்று அறிவித்திருந்தது. ஆனால் ஒருவரும் அந்தப் புதுச் சட்டத்தைப் பொருட்படுத்தவில்லை. வைரம் கிடைத்தால் அதனால் வரும் லாபம் எக்கச்சக்கமாக இருக்கும். சாதாரண விவசாயம் செய்துவந்த ஏழை மக்கள் அந்தத் தொழிலைத் துறந்துவிட்டு வைர வேட்டையில் இறங்கினார்கள். ஒரு நல்ல விவசாய நாடு வைரம் தேடும் பேராசைக்காரர்களால் நிறைந்துகொண்டு வந்தது.

வைரம் தேடுபவர்களைப் பற்றி ஏராளமான கதைகள் உலாவின. யெங்கிமா, ரொங்கோ போன்ற இடங்களில் மழை பெய்து தண்ணீர் அடித்துப் போனபிறகு கற்கள் கிளம்பி மேலே வந்துவிடும். ஆண்கள், பெண்கள், குழந்தைகள் எல்லோருமே குனிந்து நிலத்தைப் பார்த்தபடி நடப்பது வேடிக்கையாக இருக்கும். ஒருநாள் ஒரு பெண் ஆற்றிலே குளித்துவிட்டு திரும்பும்போது காலில் ஏதோ தட்டுப்பட குனிந்து பார்த்தாள். ஒரு கையிலே அடக்க முடியாத அளவுக்கு பெரிதான வைரக்கல். அதை இரண்டாம் ஆளுக்குத் தெரியாமல் கொண்டுபோய் ஒரு லெபனிஸ் வைர வியாபாரியிடம் விற்றிருக்கிறாள். அவர் அவளுக்கு *5000* லியோன் காசு கொடுத்தார். பெரும் தொகை. அடுத்த நாள் அந்த வியாபாரி அதே வைரக்கல்லை ஐந்து லட்சம் லியோனுக்கு விற்றது அவளுக்குத் தெரியாது.

இன்னொரு நாள் ஒருவர் வேலைக்குப் போய்விட்டு வரும்

வழியில் ஏதோ மினுங்குவதைக் கண்டு தூக்கிப் பார்த்தார். அவரால் நம்பமுடியவில்லை. பெரிய வைரக்கல். அதை அவருடைய இரண்டு நண்பர்களுக்குக் காட்டி ஆலோசனை கேட்டிருக்கிறார். அவர்கள் அதை அங்கேயுள்ள வியாபாரிகளுக்கு விற்கவேண்டாம், அவர்கள் ஏமாற்றிவிடுவார்கள். நேரே தலைநகரத்துக்கு எடுத்துப்போய் விற்றால் நல்ல விலைகிடைக்கும் என்று கூறினார்கள். அவரும் அடுத்தநாள் காலை போவதென்று முடிவு செய்தார். அன்றிரவு அந்த நண்பர்கள் அவரைக் கொலை செய்துவிட்டு வைரத்தைத் திருடிக்கொண்டு நாட்டைவிட்டு வெளியேறினார்கள்.

இந்தக் கதைகள் எல்லாம் ஒரு லெபனிஸ் வைர வியாபாரி எனக்குச் சொன்னவைதான். இவர் அங்கேயிருந்த வியாபாரிகளில் நேர்மையானவர் என்று பெயரெடுத்திருந்தார். வைரக்கற்களை மதிப்பீடு செய்வதில் வல்லவர். இவர் வீட்டு வாசலில் ஒரு காவல்காரன் எப்போதும் நிற்பான். அவனைத் தாண்டிப் போனால் பெரிய இரும்புத் தூண்கள் போன்ற கதவு. உள்ளே இருந்து கடவு எண்களைப் பதிந்தால்தான் அது திறக்கும். திருடர்கள் அதிகமாக இருந்ததால் தன் வியாபாரத்துக்குப் பாதுகாப்பு அவசியம் என்பார்.

ஒரு நாள் நான் அவரைப் பார்க்கப் போயிருந்தபோது ஓர் இளைஞன் வந்தான். சுற்றுமுற்றும் கண்களைச் சுழலவிட்டபடியே நின்றான். நாங்கள் பார்க்கும்போதே கொடுப்புக்குள் இருந்து புளியங்கொட்டை அளவு வைரக்கல் ஒன்றை எடுத்துக் கொடுத்தான். அவர் அந்தக் கல்லைப் பரிசோதித்தார். அவரிடம் பலவித கருவிகள் இருந்தன. வைரத்துக்கு எடையும், உருவமும் முக்கியம். எடை கூடி இருந்தாலும் உருவம் சரியாக அமையாவிட்டால் வெட்டுவதில் சேதாரம் உண்டாகி வைரத்தின் மதிப்பைக் குறைத்துவிடும். இளைஞன் கொண்டுவந்த வைரம் அளவில் பெரிதாக இருந்தாலும் மதிப்பு குறைந்தது என்றார். அதிலே மோசமான கறுப்புப் புள்ளி விழுந்திருந்தது. பணத்தை எண்ணிக் கொடுக்கும்போது அவனிடம் ஒரேயொரு கேள்விதான் கேட்டார். 'எங்கே கிடைத்தது?' அதற்கு அவன் 'ரொங்கோ' என்று பதில் சொன்னான்.

ரொங்கோவுக்கு என் நண்பர்களைப் பார்க்க நான் அடிக்கடி போவதுண்டு. ஓர் இடத்தில் ஆறு மெல்லிய ஓடைபோலப் பிரிந்து நிலம் தெரிய ஓடும். அந்த இடம் மனதைக் கவரும் விதத்தில் அமைந்திருக்கும். ஒரு நாள் அந்தப் பாதையில் போனபோது தூரத்து மலை பூக்களால் மூடப்பட்டுக் கிடந்தது. நெடிதுயர்ந்த மரங்கள், நீலமான ஆகாயம், தெளிந்த நீர். வாழ்க்கையில் ஒருமுறைதான் அந்தக் காட்சி பார்க்கக்கிடைக்கும் என்று எனக்குப் பட்டது. ஒரு புகைப்படம் பிடிக்கலாம் என்று காரை விட்டு இறங்கினேன். ஆற்று மட்டத்துக்கு இறங்கிய பிறகுதான் நான் எடுக்க வந்த படத்திலும் பார்க்க இன்னும் அரிய காட்சி ஒன்று கிட்டியது.

இரண்டு பெண்கள் வெகு சிரத்தையாக வைரத்துக்காக மண்ணை அரித்துக்கொண்டிருந்தார்கள், எங்களுக்கு முதுகைக் காட்டியவாறு. நானும் சாரதியும் வந்ததை அவர்கள் கவனிக்கவில்லை. அவர்களைப் பார்த்தால் சிநேகிதிகள் போலவும் இருந்தது; சகோதரிகள் போலவும் தெரிந்தது. இருவரும் ஒரே மாதிரியான உடை தரித்திருந்தார்கள். கீழே பூப்போட்ட லப்பா உடுத்தி மேலே மஞ்சள் ரீசோர்ட் அணிந்திருந்தார்கள். பெரியவளுக்கு 25 26 வயதிருக்கலாம்; சின்னவளுக்கு 12 -13 மதிக்கலாம். அவர்கள் மென்டே மொழியில் கலகலவென்று பேசுவதும், பின்பு சிரிப்புமாக முழங்கால் தண்ணீரில் குனிந்தபடி நின்று வேலை செய்து கொண்டிருந்தார்கள்.

எங்களுடன் வந்த சாரதி மென்டே மொழியில் வணக்கம் சொன்னான். திடுக்கிட்டு திரும்பிய அவர்கள் கண்களில் வியப்பும், பயமும், வெட்கமும் ஒரே அளவில் கலந்திருந்தது. நான் ஒரு படம் பிடிக்கலாமா என்று கேட்டேன். அதைச் சாரதி மொழிபெயர்த்தான். அதற்கு அவர்கள் பதில் சொல்ல அவன் என்னவோ சொன்னான். அவர்கள் அதற்கும் ஏதோ சொல்லிவிட்டு சிரிசிரியென்று சிரித்தார்கள். இப்படி என்னை விட்டுவிட்டு அவர்கள் பாட்டுக்கு நீண்ட உரையாடலில் இறங்கினார்கள். நான் ஒருவன் அங்கே நட்ட மரம் மாதிரி நிற்கிறேன் என்பதே அவர்களுக்கு மறந்துவிட்டது.

'சரி, சரி என்ன சொல்கிறார்கள்' என்றேன். அவன் சிரித்தபடி சொன்னான் அவர்கள் இருவரும் தாயும் மகளுமாம். பக்கத்து கிராமத்தில் வாழ்கிறார்கள். இந்த ஒதுக்குப்புறமான இடத்தை அவர்கள் பிடித்திருக்கிறார்கள். தினமும் காலையிலிருந்து இரவு வரைக்கும் அரிப்பார்கள். இன்னும் ஒரு வைரமும் அகப்படவில்லை. 'கிடைக்கும் என்ற நம்பிக்கை இருக்கிறதா?' இது என் கேள்வி.

'ஏழைகளுக்கு அதிர்ஷ்டம் அடிக்கக்கூடாதா?' இது அவர்கள்.

'வைரம் கிடைத்ததும் அந்தப் பணத்தை என்ன செய்வதாக உத்தேசம்?'

இதற்கு சின்னப்பெண் மறுமொழி கூறினாள். 'அதோ, அங்கே தெரிகிறதே ஒரு பெரிய பளிங்குவீடு. அதைச் சொந்தமாக்குவேன்.' அவள் வெடிப்பதுபோல வாயைத் திறந்து சிரித்தாள். தாயைக் கலந்து ஆலோசிக்காமல் அவளாகவே சிந்தித்து அந்தப் பதிலைக் கொடுத்ததில் தாய்க்கு பெருமை தாங்க முடியவில்லை.

நான் காமிராவை தயார் செய்தேன். அவர்கள் இருவரும் ஏதோ தங்களுக்குள் பேசினார்கள். பிறகு சாரதியிடம் பேசியபோது முகம் வாடி அவர்கள் உற்சாகம் எல்லாம் எங்கேயோ போய்விட்டது. என்னவென்று கேட்டால் அவர்களுக்குக் கூச்சமாக இருக்கிறதாம். எனக்கு ஆச்சரியம். கூச்சம் என்ற வார்த்தையே மென்டே மொழியில் இல்லை. சாரதி தொடர்ந்தான். அழுக்கான ரீசேர்ட்டை அணிந்து படம் பிடிக்க அவர்களுக்கு விருப்பமில்லை; ரீசேர்ட்டைக் கழற்ற அனுமதித்தால்தான் சம்மதிப்பார்களாம். இப்பொழுது எனக்கு சிரிப்பாக வந்தது. யாராவது இந்த உலகத்தில் மறுப்பு சொல்வார்களா. மகிழ்ச்சியை முகத்தில் காட்டாமல் ஒப்புக்கொண்டேன்.

அது பொத்தான் வைத்து முன்னுக்கு பூட்டும் ரீசேர்ட். அது முடிந்த இடத்தில் கழுத்து தொடங்கி மேலே போனது. ஒரே இழுவையில் இருவரும் தலைக்கு மேலால் ரீசேர்ட்டை இழுத்துக் கழற்றி வீசிவிட்டு ஒருவர் தோளை ஒருவர் அணைத்தபடி

நின்றனர். இருவரும் ஒரே அச்சாக இருந்தனர். பூக்கள் நிறைந்த மலையும், மரங்களும், ஆறும் பின்னணியாக அமைந்தது. படம் எடுத்து முடிந்தபிறகும் அது தெரியாமல் அவர்கள் சிரித்தபடி காமிரா முன்னால் நின்றார்கள்.

தங்களுக்கு ஒரு படம் வேண்டுமென்று கேட்டாள் சின்னவள். அவள் இந்தக் கேள்வியைக் கேட்டபோது அழுக்கான ரீசேர்ட்டை மறுபடியும் மாட்டிக்கொண்டிருந்தாள். அவளுடைய தலையும், ஒரு கையும் ஒரு மார்பும் ரீசேர்ட்டுக்கு உள்ளேயும், மற்ற மார்பு வெளியேயும் இருந்தது. அடுத்தமுறை இந்த வழியால் போகும்போது கொடுப்பேன் என்றேன். ஆனால் அவர்களை எங்கே தேடுவது? மறுபடியும் சிறியவளே பதில் கூறினாள். 'இந்த ஆற்றுத் தண்ணீரிலேயே நிற்போம். இல்லாவிட்டால் அதோ அந்தப் பளிங்கு வீட்டில் இருப்போம்' என்றாள். மறுபடியும் அவர்கள் சிரிக்க ஆரம்பித்தார்கள். அந்தச் சிரிப்பு அலை அலையாக எழும்பியது.

அந்த அலையுடன் நான் காருக்குத் திரும்பியிருக்கவேண்டும். ஆனால் செய்யவில்லை, எனக்கு ஒரு கேள்வி இருந்தது. 'இது சட்டவிரோதமான காரியம் அல்லவா?' அவ்வளவு குறைந்த நேரத்தில் முழுச் சிரிப்பில் இருந்து முழுக் கோபத்துக்கு ஒருவர் மாறியதை அன்றுதான் கண்டேன். அம்மாக்காரி சொன்னாள், 'சட்டவிரோதமா? அவர்கள் என்னைக் கொல்லட்டும், என்னை உதைக்கட்டும். நானும் என் மகளும் இன்று காலை உணவு சாப்பிட்டோமா என்று ஒருவருமே கேட்பதில்லை. என்னுடைய ஆற்றுத் தண்ணீரில் நான் நிற்கக்கூடாதா?'

நான் அந்தப் பெண்களை எடுத்த படம் அருமையாக விழுந்திருந்தது. பார்த்தால் தாயும் மகளும் என்று சொல்லவே முடியாது. அக்காவும் தங்கையும் போலவே தோளுக்கு மேல் கைபோட்டபடி நின்றார்கள். நான் பெரிய புகைப்படக்காரன் அல்ல; என்னுடைய காமிராவும் பெரிய விலையுயர்ந்த காமிரா என்று சொல்வதற்கில்லை. ஆனால் அந்தப் படத்தில் எல்லா அம்சங்களும் பொருந்தியிருந்தன. பூச்சொரிந்த மலையும், உயர் மரங்களும், படிகம் போன்ற ஆற்று நீரும், அடக்கமுடியாமல்

எழும்பிய சிரிப்பை கொஞ்சமாக வெளியே விடும் பெண்களும். அவர்களின் அழகு அப்படி அபூர்வமாக அமைந்ததற்குக் காரணம் அந்தக் கண்களில் துள்ளிய சூரிய ஒளிதான்.

அடுத்து வந்த சில வாரங்களில் மழை பிடித்துக்கொண்டது. மழை என்றால் ரொங்கோ போகும் ரோட்டுப்பாதை சேறும் சகதியுமாக மாறிவிடும். கார் உருளுவதற்குப் பதிலாக மிதக்கவும், சறுக்கவும் செய்யும். மழைப் பருவம் முடிந்து போனபோது வழக்கமான இடத்தில் காரை நிறுத்திவிட்டு அந்தப் பெண்களைத் தேடினால் அவர்களைக் காணவில்லை.

அவர்கள் வேலைசெய்த அதே இடத்தில் வேறு இரண்டு நடுத்தர வயது ஆண்கள் இடுப்பளவு தண்ணீரில் நின்று ஆற்று மணலை அரித்தார்கள். அந்தப் பெண்களைப் பற்றி விசாரித்தபோது அவர்களுக்கு ஒன்றுமே தெரியவில்லை. புகைப்படத்தை எடுத்துக் காட்டினதும் புரிந்துகொண்டார்கள். அவர்களைச் சில வாரங்களுக்கு முன்னால் பொலீஸ் பிடித்துச் சென்றுவிட்டது. எதற்காக என்று கேட்டபோது உரிமம் இல்லாமல் வைரம் அரித்த குற்றத்திற்காக என்றனர்.

'உங்களிடம் உரிமம் இருக்கிறதா?'

'இல்லை, ஆனால் மறுபடியும் பொலீஸ் இந்தப் பகுதியில் திடீர்சோதனை நடத்த ஆறுமாதம் பிடிக்கும்.'

நான் அவர்களிடம் படத்தைக் கொடுக்கப் போனபோது மனைவி தடுத்துவிட்டார். திரும்பவும் காருக்குள் ஏறியதும் இன்னொரு தடவை அந்தப் படத்தை வெளியே எடுத்துப் பார்க்கத் தோன்றியது. மனைவி 'கண்கள் என்ன பளபளப்பாக இருக்கின்றன' என்றார். உண்மைதான், எப்படியும் ஒரு பளிங்குவீடு வாங்கவேண்டும் என்ற கனவு அந்தப் பெண்களின் கண்களில் மினுமினுத்தது. உற்றுப் பார்த்தபோதுதான் அது சூரிய ஒளி இல்லை, வைரக் கற்கள் என்பது தெரிந்தது.

இமயமலை சும்மாதானே இருக்கிறது

கனடாவுக்கு அகதிகளாக வந்த எல்லோருக்கும் ஒரு கனவு இருக்கிறது. ஒரு படத்தில் நடித்துவிட வேண்டும். பன்னிரண்டு வருடங்களுக்குப் பிறகு என் நண்பர் ஒருவருக்கு வாய்ப்புக் கிடைத்தது. நாலே நாலு வசனங்களைப் பாடமாக்கிவிட்டார். இயக்குநர், 'காமிராவைப் பார்த்துப் பேசவேண்டும். நான் அக்சன் என்றதும் ஆரம்பித்து, கட் என்றதும் நிறுத்தவேண்டும்' என்றார். எப்பவும் வயிற்றுவலி வந்துபோல வளைந்து நிற்பவர் நிமிர்ந்தார். தன் ஆடையைச் சரிபார்த்தார். 'அக்சன்.' நண்பர் காமிராவைப் பார்த்துப் பேசத் தொடங்கினார். வசனம் முடிந்தது, ஆனால் கட் சொல்லவில்லை. எனவே காமிராவைப் பார்த்து முழுசிக்கொண்டே நின்றார். படம் வெளிவந்தபோது அவர் முழுசிக்கொண்டு நிற்பதுதான் இடம்பெற்றிருந்தது, வசனம் இல்லை. எடிட்டர் சொன்னார், 'காட்சிக்கு அதுதான் மிகவும் பொருத்தமாக அமைந்தது.'

பட்டிமன்றம் ராஜாவுடன் பேசிக்கொண்டிருந்தேன். 'சிவாஜி' படப்பிடிப்பின்போது சில அருமையான காட்சிகள் இப்படித்தான் வெட்டப்பட்டன' என்றார். விவேக் கை விரலிலே வடையைக் குத்தி வைத்துக்கொண்டு ராஜாவிடம் கேட்பார். 'கெட்டிச் சட்னி இல்லையா, கெட்டிச் சட்டினி.' அந்த இடத்தில்

எல்லோரும் சிரிப்பார்கள். படம் வெளிவந்தபோது அந்தக் காட்சியை வெட்டிவிட்டார்கள். ஒருபடத்தின் அதிகார ஆளுமை இயக்குநரிடம் என்று பலர் நினைக்கிறார்கள். உண்மையில் அது எடிட்டரிடம்தான் இருக்கிறது.

'சிவாஜி படத்தில் நடிப்பதற்கு உங்களை எப்படித் தெரிவு செய்தார்கள்? உங்களுக்கு ஏற்கனவே நடிப்புப் பயிற்சி இருந்ததா?' என்று ராஜாவிடம் கேட்டேன்.

ஒருநாள் ஏ.வி.எம் தியேட்டரிலிருந்து தொலைபேசி. ஐந்து நிமிடத்தில் ரெடியாக இருக்க முடியுமா? என்றார்கள். எதற்கு, ஏன் என்ற கேள்வி எல்லாம் கிடையாது. சொன்ன மாதிரி கார் வந்து என்னை ஏற்றிக்கொண்டு சென்றது. ஒரு வேட்டியைத் தந்து கட்டச் சொன்னார்கள். ஒரு பழைய பனியலைப் போடச் சொன்னார்கள். நிற்க, நடக்க, இருக்க வைத்து படம் எடுத்தார்கள். ஒரு மரத்தின் கீழே என்னை நிறுத்தி பேசச் சொன்னார்கள். எல்லாவற்றையும் பதிவு செய்தார்கள். ஒருவரும் விவரம் தருவதாக இல்லை. ஏதோ படத்தில் நடிப்பதற்குத்தான் இந்தச் சோதனை எல்லாம் என்று எனக்குத் தெரிந்தது. எப்படியும் தோல்விதான் ரிசல்ட்டாக வரும் என்பதால் நான் பெரிதாக அலட்டிக்கொள்ளவில்லை.

சில நாட்கள் கழித்து என்னைத் தேர்வு செய்திருப்பதாக ஏ.வி. எம் நிறுவனம் அறிவித்தது. என்ன படம்? யார் யார் நடிப்பது? எனக்கு என்ன வேடம்? ஒன்றுமே தெரியாது. என்னுடைய ஒல்லி உடம்பில் *six pack* ஏற்றவேண்டுமா? யார் என்னுடன் கதாநாயகியாக நடிப்பது? நடனம் பழகவேண்டுமா என்றெல்லாம் மனது அடித்தது. நாற்பது நாள் படப்பிடிப்பு என்பதால் நான் விடுப்பு எடுக்க வேண்டும். வீட்டிலே கொஞ்சம் எதிர்ப்பு இருந்தது. பட்டிமன்றம் நல்லாய்த்தானே போகிறது, இது எதற்கு என்ற கேள்வி வேறு.

பின்னர் விவரங்கள் தெரிய வந்தன. ஷங்கர் இயக்கத்தில் ரஜினி நடிக்கிறார். விவேக், மணிவண்ணன், வடிவுக்கரசி எல்லோரும் நடிக்கும் படம். ஸ்ரேயாவுக்கு அப்பாவாக நான், அதாவது ரஜினிக்கு மாமா. கிழிந்த பனியனுடன் மரத்தின் கீழ் நின்று

நான் பேசிய வசனத்தை நம்பி எனக்கு இந்த வேடத்தைக் கொடுத்திருந்தார்கள். மேலும் சில விவரங்கள் வெளியே வந்தன. முதலில் என் இடத்தில் நடிப்பதற்கு லியோனிதான் தெரிவாகியிருந்தார். அவருக்கு வசதிப்படாததால் நான் தேர்வு செய்யப்பட்டிருந்தேன். சாலமன் பாப்பையாவும் இதில் நடிக்கிறார், ஆகவே பட்டிமன்றம் தொடர்பான ஒரு கதையாக இருக்குமோ என்றுகூட எனக்குள் ஊகம் ஓடியது.

'நீங்கள் நாற்பது நாள் லீவு எடுக்க முன்னர் இதையெல்லாம் கேட்டுத் தெரியவேண்டும் என்று நினைக்கவில்லையா?'

நான் என்ன பெரிய நடிகரா இதையெல்லம் கேட்பதற்கு. ஏ.வி.எம் பெரிய நிறுவனம். அவர்களிடம் இப்படியெல்லாம் கேள்வி கேட்க முடியாது. உடனே வேறு ஆளைத் தேடத் தொடங்கிவிடுவார்கள். அது தவிர, ரஜினியுடன் நடிக்கும் வாய்ப்பு இன்னொரு தடவை திரும்ப வருமா?

'உங்கள் முதல்நாள் அனுபவத்தைச் சொல்லுங்கள்?'

நான் ஏற்கனவே சொல்லியிருக்கிறேன். கதையைச் சொல்ல மாட்டார்கள். துண்டு துண்டாக அன்று என்ன தேவையோ அதைமட்டும் சொல்வார்கள். அன்றைய சூட்டிங்குக்காக கீழ்ப்பாக்கத்தில் ஒரு நடுத்தர வீட்டை வாடகைக்கு எடுத்திருந்தார்கள். ரஜினியும், விவேக்கும் வாக்காளர் பட்டியலைச் சரிபார்க்க பொய் வேடமிட்டு வரும் அதிகாரிகள். நான் கதவைத் திறந்து 'யார் நீங்க? என்ன வேணும்?' என்று கேட்கவேண்டும். அவ்வளவுதான். எனக்கு ஒரு வேட்டியும், தோய்க்காத பனியனும் தந்திருந்தார்கள். அதுதான் என்னுடைய மேக்கப். கையை என்ன செய்வது? எங்கே பார்ப்பது? எப்பொழுது பேசுவது? குரலை எவ்வளவு உயர்த்தவேண்டும்? எல்லாமே எனக்குக் குழப்பம்தான்.

ஷங்கருக்கு 16 உதவியாளர்கள். எல்லாமே முன்பே திட்டமிட்டபடி கச்சிதமாக நடக்கவேண்டும். முன்கதவை குறிப்பிட்ட நேரத்தில் திறக்க வேண்டியது முக்கியம். ஒரு நொடிகூட பிந்தக்கூடாது. படப்பிடிப்பு சரியாக வரவேண்டுமென்பதால் ஒரு உதவி

டைரக்டர் தரையிலே படுத்துக்கிடந்தபடி (காமிராவுக்குத் தெரியாமல்) கதவைத் திறப்பார். நான் திறப்பதுபோல பாவனை செய்ய வேண்டும்.

டைரக்டர் 'அக்சன்' என்றதும் நான் நடந்து சென்று கதவைத் திறந்து 'யார் நீங்கள்? என்ன வேணும்?' என்று கேட்கவேண்டும். காமிரா ஓடிக்கொண்டிருந்தது. ஆயிரம் சனங்களுக்கு முன் நின்று பேசும் பட்டிமன்றப் பேச்சாளருக்கு ஒரு வார்த்தையும் வெளியே வரவில்லை. எட்டுத்தரம் அதே காட்சியை எடுத்தார்கள். நான் ஒரே பிழையைத் திரும்பத் திரும்பச் செய்யவில்லை. ஒவ்வொரு தடவையும் ஒரு புதுவிதமான பிழையைக் கண்டுபிடித்துச் செய்தேன். எனக்கு அவமானமாகி விட்டது. அப்பொழுதெல்லாம் டிஜிட்டல் காமிரா வரவில்லை. பிலிம் ரோல் வீணாக ஓடிக்கொண்டிருந்தது. என்னாலே ஷங்கருக்கு பெரும் நட்டம் வந்துவிடும் என்றுபட்டது. அது மாத்திரமல்ல, ரஜினி எத்தனை பெரிய நடிகர். விவேக் சாதாரணமானவரா? நான் எட்டுத்தரம் நடித்தால் அவர்களும் அல்லவா எட்டுத்தரம் நடிக்கவேண்டும். இரண்டு மணி நேரமாக கீழே படுத்துக்கிடந்த உதவி டைரக்டர் நாரியைப் பிடித்தபடி எழுந்து நின்றார். நான் ஷங்கரிடம் 'எனக்கு நடிப்பு வராது. என்னை விட்டுவிடுங்கள்' என்றேன்.

அவர் நிம்மதி அடைவார் என்று நினைத்தேன். மனிதர் அசையவே இல்லை. 'நீங்கள் எத்தனை படத்தில் நடித்திருக்கிறீர்கள்?' என்றார். 'இதுதான் முதல் தடவை.' 'அப்ப எப்படி நடிப்பு வராது என்று சொல்லலாம். எங்களுக்கு நடிப்பு வேண்டாம், நீங்கள் இயற்கையாக இருங்கள். காட்சி சரியாக அமையும்' என்றார். அதுதான் என் முதல் நாள் அனுபவம். வாழ்நாளுக்கும் மறக்க முடியாது. எப்படியோ பின்னர் சமாளித்து நடித்தேன்.

ரஜினியை நீங்கள் முதன்முதல் சந்தித்த அனுபவம் எப்படி இருந்தது?

அதுவும் ஆச்சரியம்தான். ஒருவருமே அறிமுகம் செய்து வைக்கவில்லை. என்னைப் பார்த்த உடனேயே 'பட்டி

மன்றம் சுனாமி' என்று அழைத்தார். என்னுடைய பட்டி மன்றப் பேச்சுக்களை பலதடவை டிவியில் பார்த்திருப்பதாகச் சொன்னார். அதற்குப் பின்னர் அவருடன் பழகுவது கொஞ்சம் எளிதாயிற்று.

படத்திலே சுஜாதாவின் வசனம் கச்சிதமாக இருக்கும். ஒரு வார்த்தையைக் கூட மாற்ற முடியாது. ஷங்கர் அந்த விசயத்தில் மிகவும் கண்டிப்பானவர். 'பழகலாம் வாங்க' என்று ரஜினி திடீரென்று எங்கள் வீட்டுக்கு வந்துவிடுவார். எங்கள் வீடு என்றால் உதவி டைரக்டர் கீழே படுத்துக்கிடக்க நான் கதவு திறந்த கீழ்ப்பாக்கம் வீடு அல்ல. அதேபோல ஒன்றை ஸ்டுடியோவில் உருவாக்கிவிட்டார்கள். ரஜினியை நாங்கள் துரத்துவோம். அவர் பக்கத்துவீட்டுக்குப் போய் சாலமன் பாப்பையாவோடும் அவருடைய இரண்டு பெண்களோடும் கூத்தடிப்பார். இதைப் பார்க்க எங்களுக்குக் கோபமாகவும் வயிற்றெரிச்சலாகவும் இருக்கும். அவர்கள் வீட்டுக்குப்போய், திரும்பவும் எங்கள் வீட்டுக்கு வாங்கோ என்போம். ஸ்ரேயா நாங்கள் இரண்டு கோர்ஸ் முடிச்சிருக்கோம் என்று சொல்வார். அப்படியே செட் முழுக்க சிரிக்கும். சுஜாதா ஒருவரால் மட்டுமே அப்படி எழுதமுடியும். அவருடைய முத்திரை அது.

'நீங்கள் சுஜாதாவைச் சந்தித்தீர்களா?'

ஒரு முறை செட்டுக்கு வந்தார். நான் அவரிடம் சென்று 'ஹலோ' என்று சொல்ல, அவரும் சொன்னார். அடுத்த வார்த்தை அவரிடமிருந்து பெயரவே இல்லை. சிவாஜி படத்தின் 175ம் நாள் விழா கலைஞர் தலைமையில் சிறப்பாக நடந்தது. மேடையிலே சுஜாதாவுக்குப் பக்கத்தில் நான் உட்கார்ந்திருந்தேன். ஹலோ சொன்னேன். என்னிடம் திரும்பி ஒரு வசனம் பேசவில்லை. எல்லா வசனங்களையும் அடுத்த படத்துக்குப் பாதுகாக்கிறார் என நினைத்துக்கொண்டேன்.

'சாலமன் பாப்பையா உங்கள் குருவல்லவா? அவருடன் நீங்கள் படத்தில் சண்டை போட்டபோது எங்களுக்கு சுவாரஸ்யமாக இருந்தது. உங்களுக்கு எப்படி இருந்தது?'

அது மோசமான அனுபவம். அவர் என்னை 'ஏ வத்தல்' என்று அழைப்பார். படத்திலே அவருடைய பெயர் தொண்டைமான். நான் அவரை 'ஏ தொண்ட' என அழைக்கவேண்டும் என்று இயக்குநர் கண்டிப்பாகச் சொல்லிவிட்டார். எப்படி அழைப்பது, என் குருவாச்சே! மதிய நேரம் காரவானில் ரஜினியும் ஷங்கரும் ஏதோ பேசிக்கொண்டிருந்தார்கள். கதவைத் தட்டிவிட்டு நான் மெல்ல உள்ளே நுழைந்தேன். 'நான் யோசித்துப் பார்த்தேன். என்னால் அந்த சீனில் அவரை 'ஏ தொண்ட' என்று அழைக்க முடியாது. அவர் என் குரு' என்றேன்.

ஷங்கர் ரஜினியைத் திரும்பிப் பார்த்தார். பின்னர் ஆச்சரியத்தோடு என்னை நோக்கி 'இது திரைப்படம். ஒரு கற்பனைக் கதை. உண்மை கிடையாது. உங்களுடைய பெயர் ராமலிங்கம். அவருடைய பெயர் தொண்டைமான். ராமலிங்கம்தான் அவரை அப்படி அழைக்கிறார். நீங்களல்ல.' இப்படி எனக்கு ஒரு நீண்ட புத்திமதி வழங்கி என்னை நடிக்க வைத்தார்.

'ஷூட்டிங்கின்போது ஷங்கர் கோபப்படுவார் என்று கேள்விப்பட்டிருக்கிறேன். அப்படி ஏதாவது நடந்ததா?'

ஒரேயொரு சம்பவம்தான். வாழ்நாளுக்கும் மறக்க முடியாது. விவேக் எங்களை வற்புறுத்தி விருந்து கொடுப்பதற்காக ரஜினி வீட்டுக்கு அழைத்துச் செல்வார். நான், என் மனைவி மற்றும் மகள் ஸ்ரேயா. எங்களுக்கு மேளதாளத்துடன் கோலாகலமான பெரிய வரவேற்பு நடக்கும். அங்கே மேசை நிறைய உணவு பரப்பியிருக்கும். எல்லாமே ஐந்து நட்சத்திர ஹொட்டலில் இருந்து வரவழைக்கப்பட்ட விலையுயர்ந்த உணவு வகை. 'சாப்பிடு, சாப்பிடு' என்று உபசரிப்பார்கள். விவேக் ஆமைக்குஞ்சு பொரித்து வைத்திருக்கிறது என்று ஆசைகாட்டித்தான் எங்களை அழைத்து வந்திருப்பார். நான் எங்கே ஆமைக்குஞ்சு என்று ஆரம்பிப்பேன். வடிவுக்கரசி சோற்றை அள்ளி அள்ளி உமா பத்மநாபனுக்கு (என் மனைவி) ஊட்டுவார். விவேக்கும், மணிவண்ணனும் என் வாயில் இரண்டு பக்கமும் நண்டுக் கால்களைத் தொங்கவிட என் உருவமே மாறிவிட்டது. விவேக்

24ம் புலிகேசி என்று என்னை வர்ணிப்பார். ரஜினி சோற்றையும் குழம்பையும் பிசைந்து பிசைந்து ஸ்ரேயாவுக்கு ஊட்டுவார்.

ஸ்ரேயா பற்றிச் சொல்லவேண்டும். சாதாரணமாக முகத்தில் ஒர் உணர்ச்சியும் தெரியாது. படப்பிடிப்பு ஆரம்பமானதும் எழுந்து நடப்பார். யாரோ பின்னுக்கு இருந்து அவரை இழுப்பதுபோல இருக்கும். முகம் திறந்து மெல்லிய சிரிப்பு வெளியே வரும். அன்று ஸ்ரேயா அவ்வளவு அந்த சீனில் ஒத்துழைக்கவில்லை. நீண்ட நேரம் படப்பிடிப்பு போய்க்கொண்டே இருந்தது. இயக்குநர் நினைத்ததுபோல காட்சி அமையவில்லை. ஷங்கருக்குக் கோபம் வந்துவிட்டது. ஸ்ரேயாவை நோக்கிக் கத்தத் தொடங்கினார். 'என்ன நினைச்சுக்கிட்டிருக்கீங்க. எத்தனை டேக் போகுது.' மீதியை எழுத முடியாது. ஸ்ரேயா அழத்தொடங்கினார். படப்பிடிப்பு நின்றுபோனது. அவருக்கு ஆறுதல் சொல்லி சமாதானப்படுத்தினார்கள். மீண்டும் படப்பிடிப்பு தொடங்கியபோது காட்சி எப்படியோ அமைந்துவிட்டது. எல்லோருக்கும் மகிழ்ச்சி.

அப்போதுதான் ரஜினி ஒரு விசயம் சொன்னார். பாவம் சின்னப் பெண், அழுதுவிட்டார். ஆனால் இந்தப் பேச்சு அவருக்கு மட்டுமில்லை. அடிக்கடி டைரக்டர்கள் கடைப்பிடிக்கும் யுக்திதான். செட்டிலேயே வயது குறைந்தவர் ஸ்ரேயா. ஆகவேதான் கோபம் அவர் மேலே பாய்ந்தது. உண்மையிலேயே இந்தக் கோபம் செட்டில் நடித்த எல்லோர் மேலேயும்தான். பெரியவர்களைத் திட்ட முடியாது. பாவம் ஸ்ரேயா என்றார்.

'மணிவண்ணனைப்பற்றி ஒன்றுமே சொல்லவில்லையே?'

சொற்களை முதலில் எண்ணிவிட்டு பேசத் தொடங்குவார். அருமையான மனிதர். என்னிடம் மனம்விட்டுப் பேசுவார். நான் சைவ உணவுக்காரன் என்பதால் உணவு விசயத்தில் எனக்கு பிரச்சினை வருவதுண்டு. மணிவண்ணன் வீட்டிலிருந்து அவருக்கு தினமும் அருமையான சைவ உணவு வரும். அவர் என்னுடன் பகிர்ந்துகொள்வார். அவரோடு பழகியதையும் அவர் வீட்டு உணவின் சுவையையும் மறக்க முடியாது.

'உங்களுடைய சக நடிகர்கள் எல்லோருமே உங்களுக்குப் புதிது. அவர்கள் ஏற்கனவே படங்களில் நடித்தவர்கள். உங்களை நீங்களே அறிமுகப்படுத்தி நடித்தீர்களா?'

எங்கே முடிந்தது. அறிமுகம் செய்யும் பழக்கம் எல்லாம் கிடையாது. உங்களுக்குப் கொடுத்த வசனத்தைப் பேசி நடிக்க வேண்டியதுதான். என்னுடைய மனைவியாக நடித்தவர் உமா பத்மநாபன். மகளாக நடித்தது ஸ்ரேயா. அவரவருக்குக் கொடுத்த காட்சியில் நடித்துவிட்டு அவர்கள் போய்விடுவார்கள். எனக்குக் கஷ்டமாகத்தான் இருந்தது. உதவி டைரக்டர் அடிக்கடி ஞாபகமூட்டுவார். அது உங்கள் குடும்பம், ஒட்டி நில்லுங்கள், பக்கத்து வீட்டுக்காரர்போல தூரத்தூர நில்லாதீர்கள். பெரிய அசௌகரியமாக உணர்ந்தேன்.

'இன்ன இடத்தில் இப்படி நடிக்கவேண்டும் எனச் சொல்லித் தருவார்களா? அல்லது உங்களுக்கு வேண்டியமாதிரி செய்யலாமா?'

அப்படியெல்லாம் உங்களுக்கு வேண்டிய மாதிரி நடிக்க முடியாது. இன்னமாதிரி நடிக்கவேண்டும் என்று அந்தக் காட்சியை விளங்கப்படுத்துவார்கள். நடித்துக் காட்டமாட்டார்கள். அவர்கள் எதிர்பார்த்தது கிடைக்கும்வரை திருப்பித் திருப்பி எடுப்பார்கள்.

படத்திலே ரஜினி குடும்பம் வீட்டுக்குப் பழக வந்திருக்கும். நான் பாத்ரூமில் இருந்து வெளிப்பட்டு தலையைத் துடைத்துக்கொண்டே வருவேன். ஆசிவாங்குவதற்காக ரஜினி குடும்பம் என் காலிலே விழ வருவார்கள். நான் பாய்ந்தோடிப்போய் பக்கத்திலிருந்த நாற்காலியில் துள்ளி ஏறிவிடுவேன். அப்படிச் செய்யச் சொல்லி ஒருவரும் சொல்லித்தரவில்லை. அந்த நேரம் தோன்றியதை நானாகச் செய்துதான். அதை ஒன்றும் வெட்டாமல் ஷங்கர் அப்படியே படத்தில் வைத்திருந்தார். என்னுடைய நடிப்பின் வெற்றிக்குச் சான்று என அதை நான் எடுத்துக்கொண்டேன்.

'40 நாட்கள் படப்பிடிப்புக் குழுவுடன் அலைந்தீர்கள். வெளிமாநிலம் எல்லாம் போனீர்களா?'

டெல்லி, பூனே போன்ற இடங்களுக்கு நானும் போனேன். ரஜினி போகும் இடங்களில் கூட்டம் சேர்ந்துவிடும். வெளிமாநிலத்தில் நிம்மதி இருக்கும் என்று நினைத்தேன். பூனேயில் நம்பமுடியா அளவுக்குக் கூட்டம் சேர்ந்துவிட்டது. அப்பொழுதுதான் புரிந்தது ரஜினியின் புகழ் எங்கே எங்கே எல்லாம் பரவி விட்டது என்று. என்னால் நம்பவே முடியவில்லை.

'உங்களுக்கு ரஜினியுடன் தனியாக உட்கார்ந்து பேசும் சந்தர்ப்பம் எப்போதாவது கிடைத்ததா?'

ஒரு முறை நாங்கள் இருவரும் காரில் பயணம் செய்தோம். அவர் படாடோபம் இல்லாத எளிய மனிதர். நான் பல நாட்களாகக் கேட்கவேண்டும் என திட்டமிட்டிருந்த கேள்வியைக் கேட்டேன். 'நீங்கள் அடிக்கடி இமயமலைக்குப் போகிறீர்கள். அங்கே உங்களுக்கு அமைதியும் புத்துணர்ச்சியும் கிடைப்பதாகக் கூறியிருக்கிறீர்கள். அங்கே நான் போனால் எனக்கும் கிடைக்குமா?' 'யாருக்கு என்ன கிடைக்கும் என்று எனக்கு எப்படித் தெரியும். நீங்கள்தான் அங்கே போக வேண்டும். நீங்கள்தான் அதை உணர முடியும். நீங்கள் ஒருமுறை வாருங்கள். இமயமலை சும்மாதானே இருக்கிறது' என்றார்.

இமயமலை சும்மா இருக்கிறது. இந்தக் கொரோனா காலத்தில் நானும் சும்மாதான் இருக்கிறேன். ஆனால் சந்திப்பு என்னவோ நடப்பதாகத் தெரியயவில்லை.

ஐயாவின் கணக்குப் புத்தகம்

ஐயா ஒரு நாள் என்னை ஒட்டு மாங்கன்று வாங்க அழைத்துப் போனார். என்னுடைய வாழ்நாளில் ஐயா அழைத்து அவருடன் நான் மட்டும் போனது அதுவே முதல் தடவை; கடைசியும். வீட்டில் ஏழு பேர் ஐயாவுடன் போகக்கூடிய தகுதி பெற்றிருந்தும் ஐயா என்னையே தேர்வு செய்திருந்தார். அது அளவில்லாத பெருமையாக இருந்தது. அவர் மனம் மாறுவதற்கிடையில் உடை மாற்றிப் புறப்பட்டேன். ஒட்டுமாங்கன்று வாங்க முடியாது, நாங்கள்தான் உண்டாக்கவேண்டும். சாதாரண மாங்கன்று ஒன்றை வாங்கி நல்ல பழம்தரும் மரக் கிளையுடன் ஒட்ட வைத்து தினம் தண்ணீர் ஊற்றவேண்டும். அந்த வேலைதான் எனக்குத் தரப்பட்டது. என் சகோதரர்களின் பொறாமையைத் தக்கவைப்பதற்காக நான் என் ஏமாற்றத்தை வெளியே காட்டவில்லை.

தினமும் அதிகாலை சிறாப்பர் வீட்டுக்குப் போய் நான் மரத்துக்குத் தண்ணீர் ஊற்றுவேன். சிறாப்பர் என்பது அவருடைய பெயர் அல்ல. அப்பொழுதெல்லாம் வங்கிகளில் காசாளர்களை சிறாப்பர் (shroff) என்றே அழைத்தார்கள். இவர்

தன் வீட்டிலும் ஒரு வங்கி நடத்தினார். ஐயா இவரிடம் காசு கடன் வாங்குவார். அவர் அடிக்கடி எங்கள் வீட்டுக்கு வந்து வட்டி வாங்கிப் போவார். அவருடைய கன்னச் சதைகள் தண்ணீர் நிரப்பியதுபோல ஊதிக்கிடக்கும். சிரித்தால் கண் இமைகள் தானாகவே மூடிவிடும். ஒரு தாரா நடப்பதுபோல கால்களை அகட்டி வைத்து நடப்பது வேடிக்கையாக இருக்கும். நானும் சிறுவயதில் அப்படித்தான் நடப்பேனாம். எனக்கும் ஒருகாலத்தில் வீட்டிலே பட்டப் பெயர் சிறாப்பர். பின்னர் அது வழக்கழிந்துவிட்டது.

ஐயாவிடம் முதிரை மரத்தில் செய்த பெட்டகம் ஒன்று இருந்தது. உள்மரம் சந்தனம் என்பதால் அதைத் திறந்ததும் நல்ல மணம் வீசும். பெட்டியை எட்ட நின்று பார்ப்போம்; கிட்டப்போய் தொடமுடியாது. அதற்குள் நான் விரும்பிய இரண்டு பொருட்கள் இருந்தன. ஒன்று எங்கள் சாதகக் கட்டுகள். சாத்திரியார் வரும்போது அவை வெளியே எடுக்கப்படும். இரவிரவாக வீட்டிலே சாதகம் பார்ப்பார்கள். இரண்டாவது, ஒரு தடித்த அட்டை போட்ட தொக்கையான கணக்குப் புத்தகம். குத்துவிளக்கை கொளுத்திவைத்து அந்த வெளிச்சத்தில் ஐயா, வயலட் பென்சிலை நாக்கில் தொட்டுத் தொட்டு கணக்கு எழுதுவார். பின்னர் கணக்குப் புத்தகம் மரப்பெட்டிக்குள் வைத்துப் பாதுகாக்கப்படும்.

ஐயாவுக்கு நிரந்தர வருமானம் கிடையாது. அவராக ஒரு வேலைக்குச் சென்றதில்லை. புகையிலை வியாபாரம்தான். சிப்பம் சிப்பமாகக் கட்டி ரயிலில் கொழும்புக்கும், கண்டிக்கும், மாத்தளைக்கும், கேகாலைக்கும் அனுப்புவார். பின்னர் மூன்று மாதத்துக்கு ஒரு முறை புறப்பட்டு இந்த ஊர்களுக்கெல்லாம் சென்று பணத்தை அறவிட்டு வருவார். அநேகமாக பாதி பணம்தான் கிடைக்கும். அம்மா ஏதும் தேவைக்குக் காசு கேட்டால் மீதி கடன் அறவிட்ட பின்னர் தருவதாகச் சொல்வார். அப்படி ஏதும் வந்ததாகத் தெரியவில்லை. தினம் பெட்டகத்தைத் திறந்து கணக்குகள் எழுதிவிட்டு மறுபடியும் பூட்டிவைப்பார்.

ஐயாவுக்கு புத்தகங்கள் எதிரி. வீட்டில் இருந்த ஒரே புத்தகம் பஞ்சாங்கம்தான். அதிகமாக உபயோகம் கண்டதும் அந்தப் புத்தகம்தான். வீட்டிலே பல்லி யாராவது உடம்பிலே விழுந்து கொண்டேயிருக்கும். ஐயா உடனே பஞ்சாங்கத்தைப் புரட்டி பலன் பார்ப்பார். நாலு நாள் கழித்து அது எப்படி பலித்து என்று நாலு பேருக்குச் சொல்வார். பஞ்சாங்கத்தைத் தவிர வீட்டிலே பாடப்புத்தகங்களும் இருந்தன. மூத்த அண்ணர் ஒருவர்தான் புதிதாக புதிய மணத்துடன் புத்தகத்தை அனுபவிப்பார். அதன் பின்னர் அது வரிசையாக ஒவ்வொரு வருடமும் கைமாறி கீழே வரும். என் முறை அணுகும்போது, முன் அட்டை பின் அட்டை எல்லாம் கிழிந்துபோய் பரிதாபமான நிலையில் தொட்டால் ஒட்டிப் பிடிக்கும் தன்மையுடன் இருக்கும். எனக்குப் பின்னர் இன்னும் இரண்டு பேருக்கு அது போகவேண்டும்.

நாவல்களையும், வாரப்பத்திரிகைகளையும் இரவல் வாங்கி ஐயாவுக்குத் தெரியாமல் படிப்பேன். அம்மா என் பக்கம் என்றபடியால் விசயம் ஒருமாதிரி போய்க்கொண்டிருந்தது. ஒரே எதிரி தம்பிதான். ஐயாபோல அவனும் புத்தகங்களுக்கு எதிரி. என்னை எப்பொழுதாவது நாவலுடன் பார்த்தால் ஐயாவுக்கு மூட்டிவிடுவான். அப்படியிருந்தும் பாடப் புத்தகத்துக்குள் ஒளித்து வைத்து திகம்பரசாமியார் முழு நாவலையும் படித்துவிட்டேன்.

பஞ்சாங்கத்தில் பலன் பார்ப்பதோடு மட்டும் ஐயாவுக்கு பல்லியுடனான சம்பந்தம் முடிவுக்கு வரவில்லை. ஐயாவின் வாழ்வில் பல்லி பெரும் பங்கு வகித்திருக்கிறது. அவருக்கு இரண்டுதாரம். நாங்கள் ஏழு பேர் இரண்டாம் தாரத்துக்குப் பிறந்தவர்கள். முதல் தாரத்துக்கு இரண்டு பிள்ளைகள். முதல் தார மனைவி இறந்தவுடன் பிள்ளைகளைப் பார்க்க ஐயாவுக்கு ஆள்தேவை. நல்லூரில் இருந்து ஒரு பெண்ணின் சாதகத்தை தரகர் அவசரமாகக் கொண்டு வந்தார். சொந்தக்காரர்கள் நெருக்கினார்கள். ஐயாவால் முடிவெடுக்க முடியவில்லை. கோயில் சுவரில் ஏறிக்குந்திவிட்டார். ஏதாவது ஒரு சைகை

கிடைத்தால்தான் இறங்குவதாக சங்கல்பம். காலையில் ஏறியவர் மதியம் ஆகியும் இறங்கவில்லை. பின்னேரமும் மறைந்து வானத்திலிருந்து இருட்டு மட்டும் இறங்கியது. ஐயாவுக்கு பசியில் கண் மங்கியது. அப்போது ஒரு பல்லி சத்தம் போட்டது. அதுக்கும் பசி. ஐயா எதிர்பார்த்த சம்மதம் கிடைத்து பொத்தென்று குதித்தார். திருமணம் முடிந்து நாங்களும் பிறந்தோம்.

அம்மா எப்படி 15 வயதில் இரண்டாம் தாரமாக இரண்டு பிள்ளைகளுடைய ஒருவருக்கு வாழ்க்கைப்பட்டார் என்பது இன்றைக்கும் புதிர்தான். அந்தக் காலத்தில் அவர் வேறு என்ன செய்திருக்க முடியும்? பெரியவர்கள் சொன்னதைக் கேட்கவேண்டியதுதானே. மணமுடித்து வரும்போது அவருக்கு நீண்ட கூந்தல் இருந்தது என்று சொல்வார்கள். தூங்கும்போது ஒரு தலையணையில் அவர் தலையும் இன்னொரு தலையணையில் அவர் கூந்தலும் கிடக்குமாம். ஒருநாள் நான் அம்மாவிடம் நேரில் கேட்டுவிட்டேன். அம்மா ஏன் நீங்கள் சிரிப்பதில்லை. அவர் சிரித்தார்; அது முழுச் சிரிப்பு இல்லை. இரண்டாம் பரிசு பெற்ற ஒருவரின் சிரிப்பு.

ஐயாவுக்கும் எங்களுக்குமிடையே நிறைய தூரம் இருந்தது. அவர் என்னைத் தூக்கியது நினைவில் இல்லை. தலையைத் தடவியது கிடையாது. நான் பெரிய குளப்படிக்காரன் என்று அவர் நினைத்திருக்கக்கூடும். சின்ன வயதில் வீட்டில் உள்ள பொருள்களை உடைத்துவிடுவேன். ஒருமுறை அம்மாவுடைய வெண்கலக் குடத்தைப் போட்டு நெளித்துவிட்டேன். இன்னொரு தடவை ஐயா அருமையாகப் பாதுகாத்த சுவிஸ் மணிக்கூட்டை உடைத்தேன். ஆனால் ஐயாவால் மன்னிக்க முடியாத ஒரு குற்றத்தை நான் செய்தேன். எங்களிடம் மிகப் பழமையான கருங்காலி மரத்தில் செய்த கட்டில் ஒன்று இருந்தது. நாலு பக்கமும் நுளம்பு வலை போடுவதற்கு வசதியாக மரத்தூண்கள் இருக்கும். ஒருநாள் இந்த மரத்தூணை எவ்வளவு தூரத்துக்கு வளைக்கலாம் என்று பரீட்சித்துப் பார்த்தபோது அது படாரென்று பெரிய சத்தத்துடன் முறிந்தது. ஐயாவின் கண்களில் முதலில் கோபமும் பின்னர் சோகமும் தெரிந்தது.

அது பரம்பரையாக வந்த கட்டில். அவருடைய மனதில் அது எத்தனை பெரிய துயரத்தை உண்டாக்கியிருக்கும். நான் ஓடுவதற்குத் தயாராகவே இருந்தேன். ஆனால் அவர் என்னைத் தண்டிக்கவே இல்லை. அதன் பின்னர் ஐயா வெளியே புறப்படும்போது வீட்டில் அத்தனை பேர் இருந்தாலும் என்னை மட்டும் தனியே அழைத்து இப்படிச் சொல்வார். 'சுவர், தூண்கள், கூரை பத்திரம். நான் திரும்பும்வரை பார்த்துக்கொள். உடைத்துவிடாதே.'

ஒரு தடவை எனக்கு ஒரு ரூபா கிடைத்தது. வீட்டுக்கு வந்த பெரியவர் ஒருவர் எனக்குக் கொடுத்தது. அந்தக் காலத்தில் அது மிகப் பெரிய காசு. நான் அதுவரை சில்லறைக் காசுகளைத்தான் பார்த்திருக்கிறேன். எனக்கு தாளாக ஒரு ரூபா கிடைத்திருந்தது. மூளையில் கனவு தொடங்கிவிட்டது. ஆங்கிலப் புத்தகத்தின் கடைசிப் பக்கத்தில் பத்திரமாக ஒளித்து வைத்து ஒவ்வொருநாளும் தொட்டுப் பார்ப்பேன். இந்தச் செய்தி ஐயாவின் காதுகளுக்கு எப்படியோ போய்ச் சேர்ந்துவிட்டது. ஏதோ அவசரத்துக்கு அவர் என்னிடம் ஒரு ரூபா கடன் கேட்டார். ஒரு பக்கம் பெருமையாக இருந்தது. திரும்பக் கிடைக்குமா என்ற அச்சமும் என்னை திக்குமுக்காட வைத்தது. என் முழுச் செல்வத்தையும் கேட்கிறார். எப்படி மறுக்கமுடியும்? அந்தப் புதுத்தாளை ஒருமுறை ஆசைதீர தடவிப்பார்த்துவிட்டுக் கொடுத்தேன். கொடுத்த கணமே பெரும் சோகம் என்னைக் கவ்வியது. ஒரு வாரம் கழித்து ஐயாவிடம் கடனைக் கேட்டேன். அடுத்த வாரம் என்றார். பொறுத்திருந்து அடுத்த வாரமும் கேட்டேன். 'இப்ப அவசர வேலையாக இருக்கிறேன். பிறகு கேள்' என்றார். இப்படி தினம் நான் கேட்பதும் ஒவ்வொருவிதமான பதில் வருவதும் வழக்கமாகிவிட்டது. ஒரு கடிதம் எழுதிப் பார்த்தேன், அதற்கும் பதில் இல்லை. ஆறு மாதம் ஓடிவிட்டது. அவர் ஒருநாள் மரக்கட்டிலில் ஓய்வாக உட்கார்ந்திருந்தபோது மடக்கினேன். 'என்னுடைய காசு' என்றேன். 'என்ன காசு?' என்றார். எனக்கு தலை சுழன்றது. வீடு சுழன்றது. என்ன விளையாடுகிறாரா? அவருக்கு மறந்துவிட்டது. என் முகத்தைத் திருப்பி ஐயாவுடன்

நான் பலநாள் பேசவில்லை. நான் கோபத்தில் அவருடன் பேசவில்லை என்பது ஐயாவுக்கே தெரியாது.

கொழும்பு, கண்டி போன்ற வெளியூர்களுக்கு ஐயா போகும்போது வீடு பெரும் தடல்புடலாக இருக்கும். அம்மா சுழன்று சுழன்று வேலை செய்வார். ஐயாவுக்கு வேண்டிய பலகாரங்களைச் சுட்டு பெட்டிகளில் அடைப்பார். சூட்கேசை இரண்டுநாள் முன்னரே அடுக்கினாலும் ஐயா மறுபடியும் அடுக்குவார். ஐயா திரும்பும்வரைக்கும் அம்மா பதற்றமாகவே இருப்பார். ஒருமுறை ஐயா போய் பல நாட்களாக கடிதம் இல்லை. திடீரென்று ஒருநாள் தந்தி வந்தது. அம்மா குழறி அழத்தொடங்கினார். தந்தியின் வாசகம் இதுதான். 'நான் அநுராதபுரம் ரயில் ஸ்டேசனில் சேமமாக இருக்கிறேன்.' அம்மாவுக்கு ஒன்றுமே புரியவில்லை. கொழும்பிலிருந்து புறப்பட்ட ரயில் பாதி வழியில் கவிழ்ந்து பலர் உயிரிழந்து விட்டனர். இந்தச் செய்தி எங்களுக்குத் தெரியாது. ஐயா சிறு காயத்துடன் தப்பி காட்டு வழியில் நடந்து அநுராதபுரம் ஸ்டேசனில் நின்று தந்தி கொடுத்திருக்கிறார். ஐயா வீட்டுக்கு வந்த பின்னரும் அம்மாவின் அழுகை ஒருவாரமாக ஓயவில்லை.

அபூர்வமாக ஐயா சந்தோசமாக இருந்திருக்கிறார். பெரிதாக குடிக்கும் பழக்கம் இல்லை. கள்ளுக்கொட்டில் போனதே கிடையாது. வீதியிலே ஆடி ஆடி நடந்தது கிடையாது. எப்பொழுதாவது அவருடைய வெளியூர் வியாபார சிநேகிதர்கள் வந்தால் டவுனுக்குப் போய் பிராண்டி வாங்கிவந்து நண்பரும் அவருமாக மரக்கட்டிலில் உட்கார்ந்து குடிப்பார்கள். மகிழ்ச்சி அப்படியே துள்ளும். தொடையிலே தாளம்போட்டுப் பாட்டுப் பாடுவார். எங்களைக் கைகாட்டி அருகில் வரும்படி கூப்பிடுவார். நாங்கள் போகமாட்டோம். இவர் வேறு யாரோ என்று எங்களுக்குத் தோன்றும்.

ஒருவர் வாழ்ந்த மிக நீண்ட வாழ்க்கையில் இப்படி ஒன்றிரண்டு சம்பவங்கள் மட்டுமே நினைவில் வருகின்றன. சிதறியிருக்கும் புள்ளிகளை தொடுத்து ஓட்டகம் உண்டாக்குவதுபோல இந்தச் சம்பவங்களின் கூட்டுத் தொகைதான் என் ஐயாவின் வாழ்க்கை.

எங்கள் வீட்டில் நிறைய பலாமரங்கள் இருந்தன. அவற்றைக் கயிறு கட்டி இறக்கி ஊர்க்காரருடன் பங்குபோடுவோம். என்னுடைய இரண்டாவது அண்ணர் கொடுக்கு கட்டிக்கொண்டு மரம் ஏறினார். ஒரு பக்கம் கத்தியையும், மறுபக்கம் கயிற்றின் நுனியையும் செருகியிருந்தார். இதுவே அவருக்கு முதல் தடவை. உச்சக் கொம்பில் பெரிய பழம் தொங்கியது. கயிற்றினால் காம்பைக் கட்டினார். ஒரு கிளையின் மேலால் கயிற்றை கீழே விட்டார். ஐயா கயிற்றை இழுத்துப் பிடிக்க அண்ணர் காம்பை வெட்டினார். பலாப்பழம் பெரும் சத்தத்துடன் கீழே விழுந்து சிதறியது. கயிற்றுக் கட்டுக்கு மேலே வெட்டாமல் அண்ணர் கீழே வெட்டிவிட்டார். அண்ணரின் கால்கள் நடுங்கின. அவருக்குக் கீழே நூறு அடி காற்று. அப்பொழுது ஐயா சொன்னது மறக்க முடியாதது. 'சரி, மகனே. கத்தியையும் கயிறையும் ரூபகமாக மேலே எடுத்துப்போனாய். மூளையை மட்டும் கீழே விட்டுவிட்டாய். சரி, களைத்துப் போயிருப்பாய். மெதுவாக இறங்கு.' அருமையான பழம் சிதறிப் போனதில் ஐயாவுக்குப் பெரும் கோபம்.

ஒருமுறை என்னிலும் அந்தக் கோபம் திரும்பியது. எனக்கு சைக்கிள் ஓட்டுவதற்கு ஆசை. ஆனால் வீட்டில் இருந்த ஐயாவின் சைக்கிளை பார்க்கலாமே ஒழிய தொடமுடியாது. ஐயாவைப் பார்க்க ஒருத்தர் தொலைதூரத்திலிருந்து அடிக்கடி வருவார். அவர் தன் சைக்கிளை யானை கட்டுவதுபோல பெரிய சங்கிலியால் கட்டி ஒரு மரத்துடன் இணைத்துவிடுவார். ஒருநாள் அவர் வந்தபோது ஐயா இல்லை. வழக்கம்போல சைக்கிளைக் கட்டாமல் சாய்த்துவிட்டு திண்ணையில் உட்கார்ந்தார். அந்தத் தருணம் கடவுளால் அருளப்பட்டது. அதைத் தவறவிட்டால் வாழ்நாள் முழுவதும் துக்கிப்பேன். நான் சைக்கிளை மெதுவாக உருட்டி வெளியே கொண்டுவந்து ஏறி ஓட்டினேன். எங்கள் கிராமத்தில் எங்கே சுற்றினாலும் 3, 4 தெருக்கள்தான். நான் பல சாகசங்கள் செய்தபடி தெருக்களில் ஓட்டினேன். இருந்தும், எழும்பியும், குனிந்தும், குனியாமலும், கையை விட்டும், விடாமலும், நின்றும், நில்லாமலும், மிதித்தபடியும், மிதிக்காமலும் வேகமாக ஓட்டினேன். தூரத்தில் ஐயா வருவது புழுதியில்

தெரிந்தது. சைக்கிளைத் திருப்பினேன்; அது திரும்பவில்லை. பிரேக் பிடித்தேன், அது பிடிக்கவில்லை. என் சைக்கிள் ஐயாவின் சைக்கிளோடு மோதி, ஐயா மல்லாக்காக விழுந்தார். நான் குருவிபோல சட்டென்று எழும்பி மறைந்துவிட்டேன்.

அன்று நான் வீட்டுக்குத் திரும்பவில்லை. மாலையாகும் வரைக்கும் வீதிகளில் சுற்றினேன். பசி தாங்க முடியாமல் மெதுவாக வீட்டுக்குள் எட்டிப் பார்த்தேன். ஐயா காத்துக்கொண்டிருந்தார். என்னைக் கண்டதும் கால் செருப்பைக் கழற்றி என்னை அடிக்க வந்தார். நான் வீட்டைச் சுற்றி மூன்று தரம் ஓடினேன். பின் நாளில் இந்தச் சம்பவத்தை விவரிக்கும்போது நான் இப்படி எழுதினேன். 'சப்பாத்தை தூக்கிக்கொண்டு ராசகுமாரன் சிண்டரெல்லாவை துரத்தியதுபோல அப்பா என்னைத் துரத்தினார். எவ்வளவு துரத்தினாலும் ஐயாவின் செருப்பு என் முதுகை சந்திக்கவே இல்லை.'

ஐயாவுக்கு வயதானபோது அவரால் வியாபாரத்தைக் கவனிக்க முடியவில்லை. நிறுத்தலாம் என நினைத்தார், ஆனால் பொருட்களைக் கடனாக வாங்கியவர்களின் பட்டியல் மிக நீண்டதாக இருந்தது. எத்தனை முயன்றும் பணத்தை மீட்க முடியவில்லை. கடன்காரர்கள் நெருக்கத் தொடங்கினார்கள். ஐயாவுக்கு வேறு வழியில்லை. மூன்று தலைமுறை கண்டு வந்த பெரிய காணி ஒன்றை விற்று கடனை அடைத்தார். அப்பொழுது நான் கணக்காளர் பரீட்சைக்குப் படித்துக்கொண்டிருந்தேன். எனக்கு ஒருவாறு விசயம் புரிந்தது. 30 வருடமாக ஐயா செய்த வியாபாரம் நட்டத்தில்தான் ஓடியது. அவர் வியாபாரம் செய்திருக்கவேண்டிய அவசியமே இல்லை. ஆரம்பத்திலேயே காணியை விற்றிருந்தால் அந்தக் காசிலேயே எங்கள் காலத்தை ஓட்டியிருக்கலாம். இதை நான் ஐயாவிற்குச் சொல்லவே இல்லை. அவர் மனது கஷ்டப்பட்டிருக்கும். வீட்டிலே ஓர் ஆண்மகன் எப்படி சும்மா இருப்பது? வியாபாரம் செய்வதுபோல ஒரு பாவனை இருக்கவேண்டும். அப்பொழுதுதானே மரியாதை.

ஐயாவுக்கு ஓர் அண்ணர் இருந்தார். பெரிய ஐயா என்று அழைப்போம். அவர் என்ன செய்தார் என்பது தெரியாது. எந்த

நேரமும் அவருக்கு ஒரு தேவை இருக்கும். மிக உயரமாக, மேல் சட்டை அணியாமல் முரட்டுத் தோற்றத்தில் காட்சியளிப்பார். கைகளைத் தொட்டால் மரப்பட்டை போல இருக்கும். ஏதாவது உதவி கேட்டு வருவார். ஒரு நாள் இரவு சூள் பிடித்துக்கொண்டு இலைகளை மிதித்தபடி அவசரமாக வந்தார். அப்பொழுதுதான் முதன் முதலாக சூள் என்னவென்று பார்த்தேன். தென்னம் பாளையைக் கீறி பற்றவைத்த தீப்பந்தம் அது. ஐயாவுடன் ஏதோ சத்தமாகப் பேசிவிட்டு யோசனையுடன் திரும்பினார். தீப்பந்தத்தில் அவர் நிழல் பின்னால் விழுந்தது. அது ஏதோ சோகச் செய்தி சொன்னதுபோல பட்டது.

அடுத்தநாள் அதிகாலை பெரும் ஆரவாரம் கேட்டு எழுந்தேன். எல்லோரும் அலறியடித்துக்கொண்டு ஓட நானும் ஓடினேன். தண்டவாளத்தைத் தாண்டியதும் ஒரு பெரிய மரத்தின் உச்சியில் பெரிய ஐயா தூக்கில் தொங்கினார். அவருக்கு வயது எழுபதுக்கு மேலே. எப்படி அத்தனை உயரம் ஏறினார், எதற்காகத் தற்கொலை செய்துகொண்டார் என்பது தெரியவில்லை. ஒருத்தருக்கும் கேடு நினைக்காத மனிதப் பிறவி அவர். ஐயாவின் கண்களில் நீர் வழிந்ததை முதல்முறை பார்த்தேன். இரண்டாவது தடவை அம்மா இறந்தபோது கண்ணீர் விட்டார். பெரிய ஐயாவுக்கு ஏதோ துயரம் இருந்தது. ஐயா அதைத் தீர்த்திருக்கலாம் என்று இப்போது தோன்றுகிறது. மிக உயரத்தில் ஒற்றைக் கயிற்றில் அவர் உடல் ஆடியது மறக்கமுடியாத காட்சியாக நிற்கிறது.

ஓட்டுமாங்கன்று எப்பொழுது காய்க்கும் என்று ஐயா பார்த்துக்கொண்டே இருந்தார். அது காய்க்க முன்னரே ஓர் இரவு தனிமையில் இறந்துபோனார். நாங்கள் எல்லோரும் கொக்குவிலில் கூடினோம். ஐயாவை அவருடைய மரக்கட்டிலில் கிடத்தியிருந்தார்கள். ஒரு காலத்தில் தண்டவாளத்தை ஒரு கையால் தூக்கியவர், ஊரில் பிரபலமான சண்டியனை ஒற்றை விரலால் நெஞ்சில்தொட்டு நிறுத்தியவர். அவர் உடலைப் பார்த்து திடுக்கிட்டேன். சதைகள் உருகி வெறும் எலும்புக்கூடுதான் எஞ்சியிருந்தது. 31ம் நாள் காரியங்கள் முடிந்த பின்னர் ஐயாவின் பெட்டகத்தைத் திறந்து ஆராய்ந்தபோது

சாதகக் கட்டுகளைக் காணவில்லை. வேறு பொருட்களும் மறைந்துவிட்டன. ஆக மிஞ்சியது கணக்குப் புத்தகம்தான். நான் அதை எடுத்துக்கொண்டேன்.

அப்பொழுது சாட்டர்ட் கணக்காளர் பரீட்சையில் சித்தியடைந்து நான் வேலை பார்த்துக்கொண்டிருந்தேன். ஆகவே ஐயாவின் கணக்குப் புத்தகத்தை ஆராயவேண்டும் என்ற ஆவல் என்னிடம் இருந்தது. கணக்காளர் படிப்பில் ஒற்றைப் பக்க கணக்கு, இரட்டைப் பக்க கணக்கு என இரண்டு வகை இருந்தது. இரண்டுக்கும் இடைப்பட்ட கணக்குத்தான் ஐயாவுடையது. அவராக உண்டாக்கியது. புத்தகத்தில் சிட்டை கணக்குகள், ரசீதுகள், காசு வரவுகள், செலவுகள், கொடுத்தவர்கள், வாங்கியவர்கள் என சகலதும் இருந்தன. ஆனால் என்னுடைய கணக்காளர் மூளையில் ஒன்றும் ஏறவில்லை. ஒருவருடைய பெயரை எழுதி வெட்டியிருப்பார். அவர் கடனைத் தந்துவிட்டாரா அல்லது இறந்துவிட்டாரா?

ஒவ்வொரு மாதமுடிவிலும் கோடு இழுத்து புதிய மாதம் தொடங்கியது. எப்படி இந்தப் புத்தகம் அவருக்கு உதவியது என்பது புரியவே இல்லை. திடீரென்று ஒரு பக்கத்தில் வரவேண்டிய கணக்குகள் இருந்தன. அதிலே 10 15 பேர்கள். அந்தக் கடன்கள் வந்தனவா என்றும் தெரியவில்லை. அடுத்த பக்கத்தில் கொடுக்கவேண்டியவர்கள் கணக்கு. பெயர்களை வரிசையாகப் படித்துக்கொண்டே வந்தேன். பல பெயர்கள் எனக்குத் தெரிந்த பெயர்கள்தான். ஒரு பெயரில் கண் நின்றது. சிறாப்பர் ரூ 1.00. அதன் பின்னர் என்னால் ஒன்றுமே படிக்க முடியாமல் போனது. புத்தகத்தை மூடினேன்.

எதிர்பாராதது

ஒரு பிரபலத்தை நேர்காணல் செய்வதற்கு எனக்கு ஒரு வருடகாலம்கூட அலையவேண்டி இருந்திருக்கிறது. என் வாழ்க்கையில் பலரை நேர்காணல் செய்திருக்கிறேன். பிரபல எழுத்தாளர்கள், நடிகர்கள், விஞ்ஞானிகள், அரசியல்வாதிகள், இயக்குநர்கள், பாடகர்கள் என்று சொல்லிக்கொண்டே போகலாம். இவர்கள் இலகுவில் நேரத்தை ஒதுக்கித் தரமாட்டார்கள். தட்டிக் கழிக்கவே செய்வார்கள். ஆனால் சமீபத்தில் எனக்கு ஒரு சின்ன அதிர்ஷ்டம் அடித்தது. நான் தேடிப்போகாமல் அதுவாகவே என்னிடம் வந்தது. நான் கனவிலும் எதிர்பாராத ஓர் உலகப் பிரபலமான நடிகருடன் பத்து நிமிடம் பேசும் வாய்ப்பு. துயரம் என்னவென்றால் என்னால் நேர்காணலுக்குத் தயாராக முடியவில்லை. அது தற்செயலாக நடந்தது.

பஸ் புறப்பட்டுவிட்டது. நான் கடைசி ஆசனத்தில் உட்கார்ந்தேன். அது ஒன்றுதான் இருந்தது, மீதி எல்லாம் நிரம்பிவிட்டது. இனி ஒருவரும் ஏறப்போவதில்லை, ஏறினாலும்

இடமில்லை என்று யோசித்துக் கொண்டிருந்தபோது ஓடிய பஸ் திடீரென்று நின்று கதவு திறந்தது. இரவு மணி ஒன்பது ஆனாலும் கோடைகாலம் என்பதால் அமெரிக்காவின் சியாட்டில் நகரத்து சூரியன் முழுதும் மறையாமல் தயக்கம் காட்டியபடியே நின்றான். பஸ்ஸினுள் பாதி இருள் பாதி வெளிச்சம். கையிலே மதுக்கிண்ணத்தை ஏந்தியபடி உயரமான ஓர் உருவம் ஏறி ஒவ்வொரு இருக்கையாகப் பார்த்தபடி கடைசி ஆசனத்துக்கு வந்தது. நான் என்னைச் சுருக்கி இடம் விட்டேன். வந்தவர் என்னை நெருக்கிக்கொண்டு உட்கார்ந்து நன்றி என்றார்.

அவர் வேறு யாரும் அல்ல. பிரபல நடிகர் ஹாரிசன் ஃபோர்ட். ஸ்டார் வார்ஸ் படத்தில் நடித்துப் புகழ் பெற்றவர். இவருக்கு பெயர் வாங்கிக் கொடுத்த இன்னொரு படமான இண்டியானா ஜோன்ஸ் இலங்கையில் கண்டி நகரத்தில் படம்பிடிக்கப்பட்டது. இந்தி நடிகர் அம்ரிஷ் பூரி அதில் நடித்திருப்பார். இவர் நடித்த படங்களில் எனக்குப் பிடித்தது என்றால் அது *Air Force One* தான். அமெரிக்க ஜனாதிபதியாக நடித்திருப்பார். ரஸ்யாவுக்குப் போய்விட்டுத் திரும்பும்போது அவருடைய விமானம் பயங்கரவாதிகளால் கடத்தப்பட்டுவிடுகிறது. முன்னாள் ராணுவவீரரான ஜனாதிபதி கடத்தல்காரர்களுடன் போராடி வெற்றியீட்டும் கதை.

அன்று மதியம் நடந்த விருந்தில் கலந்துகொண்டிருந்தபோது என்னை அவருக்கு அறிமுகப்படுத்தினார்கள். என்ன பேசுவது? 'நீங்கள் நடித்த படம் பார்த்தேன். உங்கள் நடிப்பு அமோகமாயிருந்தது' அப்படிச் சொல்வதா? நான் ஒன்றுமே பேசவில்லை. பிரபலமில்லாதவர்களுடன் சம்பாசணை தொடங்குவது எளிதானது. எனக்குப் பக்கத்தில் ஒருவர் அமர்ந்திருந்தார். வயது *30 35* இருக்கும். சாதுவான முகம். தன் நீண்ட தலைமுடியைப் பாம்புபோல வட்டம் வட்டமாகச் சுருட்டி தலைக்குமேல் வைத்திருந்தார். ஏதாவது பேசவேண்டுமே என்று 'என்ன செய்கிறீர்கள்?' என்று சாதாரணமாகக் கேட்டு வைத்தேன். அவரும் சாதாரணமாகவே பதில் சொன்னார்.

'இசை ஞானம் உள்ளவர்கள் சிலர் வசதிக் குறைவால் தங்கள் இசையைக் குறுந்தகடாக வெளியிட முடியாமல் இருக்கிறார்கள். அவர்களுக்கு உதவுகிறேன்' என்றார். 'நல்ல பணி' என்றேன்.

பின்புதான் தெரிந்தது அந்த இளைஞர் ஒரு பில்லியனர் என்று. விருந்துக்கு இன்னொரு மாநிலத்திலிருந்து சொந்த விமானத்தில் வந்திருந்தார். என் பக்கத்தில் உட்கார்ந்திருந்த இன்னொருவர், 30 வருடத்துக்கு மேல் ஆப்பிரிக்காவில் எனக்குப் பழக்கமானவர், சொன்னார் இப்படியான விருந்துகளில் 'நீங்கள்என்ன செய்கிறீர்கள்' என்று கேட்கக்கூடாது. அப்படிக் கேட்டால் அவர்கள் அன்று காலை செய்ததைத்தான் சொல்வார்கள். நீங்கள் என்ன துறையில் ஈடுபட்டிருக்கிறீர்கள் என்று கேட்கவேண்டும். இவர்கள் பணம் சம்பாதிப்பது எப்படி என்று சிந்திப்பதை நிறுத்திவிட்டார்கள். ஏற்கனவே சம்பாதித்ததை என்ன அறக்கட்டளைக்கு, எப்போது, எவ்வளவு கொடுக்கவேண்டும் என்பதை திட்டமிடுவதிலேயே பெரும்பாலான நேரத்தைச் செலவிடுகிறார்கள்.

ஆகவே பஸ்ஸிலே பக்கத்தில் அமர்ந்த ஹாரிசனிடம் எப்படி சம்பாசணையை ஆரம்பிப்பது என்று யோசித்தேன். அந்தப் பிரச்சினையை அவரே தீர்த்தார். மதுவை ஒரு மிடறு விழுங்கிவிட்டு 'நீங்கள் கனடாவிலிருந்து வந்திருக்கிறீர்கள். இல்லையா?' என்றார். மதிய விருந்தில் சந்தித்ததை ஞாபகம் வைத்திருக்கிறார். 'நான் கனடாவில் ஒரு படம் நடித்திருக்கிறேன். ஆனால் பெயர் மறந்துவிட்டது' என்றார். 'நீர்மூழ்கிக் கப்பல் படமா?' என்றேன். ஆமாம் என தலையாட்டினார். அவர் ஒரு ரஷ்ய நீர்மூழ்கிக் கப்பல் காப்டனாக நடித்திருந்தார். படம் முழுக்க கடலுக்கு அடியில் நடந்தாலும் விறுவிறுப்புக்குக் குறைவில்லை. 'படத்தின் பெயர் K19' என்றேன். அவர் ஆமாம் என்றபடி இன்னொரு மிடறு குடித்தார்.

'உங்கள் சுயசரிதையை எழுதும் திட்டம் ஏதாவது உண்டா?' என்றேன். 'சுயசரிதையா? நானா? ஏன் எழுதவேண்டும்?' 'உங்கள் கதை சுவாரஸ்யமானது. மற்றவர்களுக்குப் பயனுள்ளதாக இருக்கும்.' 'எப்படிச் சொல்கிறீர்கள்?' 'நடிக்க வாய்ப்புத்

தேடி நீங்கள் அலைந்திருக்கிறீர்கள் என்று படித்திருக்கிறேன். உங்களுக்குக் கிடைத்த அநேகமான வாய்ப்புகள் தற்செயலானவை. அது பற்றி எழுதலாமே?'

'வாழ்க்கையில் எல்லாமே தற்செயலாக நடப்பவைதான். நீங்கள் யாருடைய வாழ்க்கையை எடுத்துப்பார்த்தாலும் அப்படித்தான் இருக்கும். திட்டமிட்டு அதன்படி வாழ்க்கையை வாழ்ந்தவர்கள் இந்த உலகில் யாருமே இல்லை.'

'உங்கள் வாழ்க்கையைப் பதிவு செய்வதில் அப்படி என்ன பிரச்சினை?'

'என் வாழ்க்கையை நான் பதிவு செய்யக்கூடாது. அதை மற்றவர்கள் செய்யவேண்டும். அப்பொழுதுதான் அது உண்மையாக இருக்கும். சுயசரிதை எழுதுபவர்கள் தங்கள் உண்மை வாழ்க்கையை மறைக்கத்தான் எழுதுகிறார்கள்.'

'நீங்கள் ஸ்டீபன் ஸ்பீல்பேர்க் இயக்கத்திலும் நடித்திருக்கிறீர்கள். ஜோர்ஜ் லுகாஸுடன் ஆரம்பத்திலிருந்து வேலை பார்த்திருக்கிறீர்கள். அவர்களுடனான உங்கள் அனுபவம் எப்படி இருந்தது?'

அவர் பதில் சொல்ல முன்னர், பஸ்ஸின் முன் இருக்கையிலிருந்து ஓர் இளைஞன் எழுந்து எங்களை நோக்கி நடந்து வந்தான். அவன் ஹாரிசனைப் பார்த்து 'உங்கள் டிரிங்கில் கொஞ்சம் தரமுடியுமா?' என்று கேட்டான். நான் திடுக்கிட்டு ஹாரிசனைத் திரும்பிப் பார்த்தேன். அவர் 'தாராளமாக' என்று சொல்லிக்கொண்டே தன் கிளாசை நீட்டினார். அந்த இளைஞன் அதை வாங்கி ஒரு வாய் குடித்துவிட்டு கிளாஸைத் திரும்பவும் கொடுத்தான்.

ஹாரிசன் என் கேள்வியை மறக்காமல் தொடர்ந்தார். 'நான் நடிக்க வந்ததே எதிர்பாராத ஒன்று. நானாகவே தச்சு வேலை கற்று என் வாழ்க்கையை ஓட்டிக்கொண்டு இருந்தேன். ஜோர்ஜ் லுகாஸின் ஸ்டார் வார்ஸ் படத்தில் நடிகர்களுக்கு வசனம் பேசக் கற்றுக் கொடுத்தேன். என்னை நடிக்கச் சொன்னார்கள். அவர்கள் சொல்லித் தந்ததை அப்படியே நடிப்பதுதான்

என் வேலை. ஒவ்வொருவரிடமும் நிறையக் கற்றிருக்கிறேன். இவர்தான் உயர்வு என்று சொல்வதற்கு எனக்கு ஒருவரும் இல்லை. நடித்து முடிந்த பின்னர் அதைப்பற்றி எல்லாம் யோசிப்பதே இல்லை. உடனேயே மறந்துவிடுவேன்.'

இப்படிக் கதைத்துக்கொண்டு வந்தபோது நான் தங்கும் ஹொட்டல் வந்துவிட்டது. நான் விடைபெற்றேன். என்னை இறக்கிவிட்டுப் போன பஸ்ஸில் அவர் போனார். யாரோ பயணி குடித்து மிச்சம்விட்ட மது கிளாசும் அவருடன் போனது.

இரண்டு சம்பவங்கள்

இன்று முக்கியமான நாள். இந்த நாளில்தான் 40 வருடங்களுக்கு முன்னர் நான் இலங்கையை விட்டுப் புறப்பட்டேன். இரவு ஒரு மணி. ஆழமான தூக்கம். வழக்கம்போல டெலிபோன் அடித்தது. வெளிநாடுகளில் இருந்து வரும் தொலைபேசி அழைப்புகள் அந்த நேரம்தான் வரும்.

நித்திரைக் கலக்கத்தில் எழும்பி ஒவ்வொரு பட்டனாக அழுத்தி ஒருவாறு தொலைபேசியைத் துண்டிக்காமல் 'ஹலோ' என்றேன்.

முத்துலிங்கம் சாருடன் பேசவேண்டும்.

அது நான்தான் சொல்லுங்கள்.

கேட்கிறதா, கேட்கிறதா?

எல்லாம் கேட்கிறது. சொல்லுங்கள்.

குரலே சரியில்லையே?

நான் ஒன்றுமே செய்யமுடியாது. அந்தக் குரலுடன்தான் பிறந்தேன். உங்களுக்கு என்ன வேண்டும்?

நீங்கள்தானா அது?

ஓமோம், நான்தான். நீங்கள் யார்?

சார், நாங்கள் ஒரு இலக்கியப் பத்திரிகை நடத்துகிறோம். அதற்காக உங்களை நேர்காணல் செய்யவேண்டும்.

அதற்கென்ன? எப்போது?

இப்பதான்.

இப்பவா? இங்கே இரவு ஒரு மணி.

ஒரு மணியா?

இது கனடா.

கனடாவா? அது எந்த ஊர்?

இதன் பின்னர் தூக்கம் வரவில்லை. படுக்கையில் புரண்டு புரண்டு படுத்தேன். இரண்டாவது சம்பவத்துக்காகக் காத்திருந்தேன். நடந்தது.

நண்பர் ஒருவர் தொலைபேசியில் பேசினார். அப்பொழுதுதான் விடிந்திருந்தது. வேறு தேசத்து நண்பர் அல்ல, கனடாவில் வசிப்பவர்தான். பிடிவாதமானவர். அவர் ஏதாவது சொல்லி நான் செய்யாவிட்டால் கோபிப்பார்.

படித்துவிட்டீர்களா?

என்ன? எதைப் படித்துவிட்டீர்களா?

உங்களுக்கு ஒரு புத்தகம் தந்தேனே. இரண்டு வாரமாகிவிட்டது. இன்னும் படிக்கவில்லையா?

ஒருவர் நேர்காணல் வேண்டுமென்கிறார். இவர் ஏதோ ஒரு புத்தகத்தை நான் படிக்கவேண்டும் என வற்புறுத்துகிறார்.

பெயர் என்ன?

அம்பிகைபாகன்.

உங்கள் பெயர் அல்ல. புத்தகத்தின் பெயர்.

The Man- Eater of Punanai. அதை எழுதியவர் கிறிஸ்டஃபர் ஒண்டாச்சி. புக்கர் பரிசு, கில்லர் பரிசு ஆகியவற்றைப் பெற்ற மைகேல் ஒண்டாச்சியின் சகோதரர்.

ஓ, சரி சரி. ஞாபகம் இருக்கு. அது 200 பக்கத்துக்குக் கூடிய புத்தகம் அல்லவா? நான் அத்தனை பெரிய புத்தகத்தைப் படிப்பதில்லை என்பது உங்களுக்குத் தெரியும்தானே.

அதிலே பாதிக்குப் பாதி படங்கள். அது ஒரு காரணமா? சரி முழுப் புத்தகத்தையும் படிக்கவேண்டாம். வெள்ளைக் காகம் என்று ஓர் அத்தியாயம் இருக்கிறது. அதை மட்டுமாவது படியுங்கள். உங்கள் கொள்கைக்கு ஒரு பங்கமும் வராது.

அவருடைய தொல்லை தாங்காமல் படித்தேன். அதைத்தான் ஒண்டாச்சியினுடைய வார்த்தைகளில் சுருக்கிக் கீழே தந்திருக்கிறேன்.

நான் 1993 ல் இலங்கையில் கழித்த நாட்களில் அதிவிசித்திரமானது முன்னாள் ஜனாதிபதி ஜே.ஆர். ஜெயவர்த்தனாவைச் சந்தித்த அந்த நாள்தான். அவர் இறப்பதற்கு மூன்று வருடங்களுக்கு முன்னர் அவருடைய வார்ட் பிளேஸ் வீட்டில் சந்திப்பு நடந்தது. தன் பழைய கதைகளால் எனக்குக் களிப்பூட்டினார். சில இடங்களில் வியப்பூட்டவும் தவறவில்லை.

ராணி எலிசபெத் இலங்கைக்கு வந்திருந்தபோது ஜனாதிபதியிடம் அவர் ஒரு கேள்வி கேட்டார். 'உங்கள் மக்கள் என்னை எப்படிப் பார்க்க விரும்புவார்கள்?' ஜனாதிபதி சொன்னார் 'கிரீட்த்துடன்தான்' என்று. ராணி சொன்னார் 'நான் கிரீட்த்தை எடுத்துவரவில்லையே.'

முன்னாள் ஜனாதிபதியின் தோட்டம் அழகாகப் பராமரிக்கப்பட்டிருந்தது. நிறையக் காக்கைகள் கூட்டம் கூட்டமாக கிளைகளில் உட்கார்ந்திருந்தன. ஆச்சரியமான விசயம் என்னவென்றால் அந்தக் கூட்டத்தின் நடுவே ஒரு வெள்ளைக் காக்கையும் காணப்பட்டதுதான். இளஞ்சிவப்புக் கால்களுடனும், சாம்பல் நிற அலகுடனும் முழுக்க முழுக்க வெள்ளை நிறத்தில் அது மிக அழகாக இருந்தது. நான் சந்திப்பை முடித்துவிட்டுப் புறப்பட ஆயத்தமாகிக்கொண்டிருந்தேன். எனினும் ஆச்சரியம் தாங்காமல் அந்த வெள்ளைக் காக்கை

பற்றி அவருக்கு ஏதாவது தெரியுமா என்று கேட்டேன். 'நீங்கள் மறுபடியும் உட்காரவேண்டும்' என்றார் ஜே.ஆர். ஏதோ வருகிறது என உணர்ந்து நான் அமர்ந்தேன்.

'நீங்கள் *Meredith Foster* பற்றிக் கேள்விப்பட்டிருக்கிறீர்களா?' அந்தப் பெயர் எனக்குப் பரிச்சயமானதுதான். 'அவர் இங்கிலாந்தைச் சேர்ந்த பிரபலமான பத்திரிகை நிருபர். 1980 களில் கொழும்பிலே தங்கியிருந்து போர் பற்றிய செய்திகளை வெளிநாட்டு பத்திரிகைகளுக்கு உடனுக்குடன் அனுப்பி வந்தவர். அவருடைய போர்ச் செய்திகளுக்கு நல்ல மதிப்பிருந்தது. இந்தியாவின் அமைதிப்படையினரால் சமாதானத்தைக் கொண்டுவர முடியாத இக்கட்டான போர்ச்சுழல் நிலவிய காலம் அது. கொழும்பிலே ஆறு ஏழு வருடங்கள் தங்கி மெரிடித் தொடர்ந்து செய்திகள் அனுப்பினார். அவர் கணவர் இங்கிலாந்தில் இருந்தார். ஒருநாள் மெரிடித் திடீரென்று காணாமல் போய்விட்டார். இந்தச் சம்பவம் ராணுவ பக்கத்திலும், புலிகள் பக்கத்திலும் பீதியைக் கிளப்பியது. இரு சாராருக்கும் மெரிடித் மீது மரியாதை இருந்தது. அவர் மறைந்தது அரசாங்கத்துக்குப் பெரும் புதிராகி பிரச்சினை பெரிதானது.

'உங்களுக்குத் தெரியும் மெரிடித் 30-35 வயது அழகி. பொன் தலைமுடியுடன் யாரையும் கணத்தில் கவர்ந்துவிடுவார். என்னுடைய மந்திரி ஒருவருடன் அவர் கள்ள நட்பு வைத்திருந்தார். அவருடைய மனைவி பொறாமைப்படும் அளவுக்கு அது ஆழமானது. நான் மந்திரியைக் கூப்பிட்டு எச்சரிக்கை செய்தேன். ஒருவித பயனும் இல்லை. மந்திரியின் மனைவி பெரிய குழப்பமான மனநிலையை அனுபவித்தார்.

'கத்தடியா பற்றி நீங்கள் அறிவீர்கள். மோசமான சூனியக்காரர்கள். மந்திரியின் மனைவி தன் கணவரை மீட்பதற்காக சூனியக்காரர் ஒருவரை அணுகியிருக்கிறார் என நான் யூகிக்கிறேன். கத்தடியா அந்தப் பெண்ணை எப்படியோ கடத்திச் சென்று காட்டு மரத்திலே கொடிகளால் கட்டிவைத்து ஏதோவிதமான சூனியச் சடங்குகளைச் செய்திருக்கிறார். அதிலே அவர்

இறந்துபோயிருக்கலாம். அவர் உடலைக் கண்டுபிடிக்கவே முடியயவில்லை. காட்டிலே சூனியக்காரனின் சடங்கு நடந்த அதே நேரம் இங்கே இந்த வெள்ளைக் காக்கை தோன்றியது.'

இதுவெல்லாவற்றையும் ஜே.ஆர் விவரிக்க நான் ஆச்சரியத்துடன் கேட்டேன். திகைப்பு முழுவதும் நீங்காத நிலையில் ஜே.ஆரிடம் விடைபெற்றபோது என் கண்முன்னே இன்னொரு அதிசயம் நடந்தது. யன்னல் கண்ணாடியின் மற்ற பக்கம் அந்த வெள்ளைக் காக்கை ஆவேசத்துடன் கொத்தத் தொடங்கியது. கம்பியில்லாத் தந்தியில் டக்டக் என்று ரகஸ்யச் செய்தி அனுப்புவது போல காக்கை விடாமல் கொத்தியது. முன்னாள் ஜனாதிபதி அவசரமில்லாமல் நடந்து சென்று யன்னலைத் திறந்தார். வெள்ளைக் காக்கை உள்ளே பறந்து வட்டமடித்து அவர் தோள்மேலே நட்புடன் வந்து உட்கார்ந்தது. ஜனாதிபதி தோள்களை இறுக்கி அசையாது சிலைபோல நின்றார். அச்சமூட்டும் கண்களால் என்னை உற்று நோக்கினார். நான் விடைபெற்றபோது அவர் தோள் மூட்டு மெல்ல அசைந்தது.

★★★

இதுதான் அந்தப் புத்தகத்தில் கிடைத்தது. நம்பலாமா விடலாமா என்பதை நான் இன்னும் முடிவு செய்யவில்லை. கோடிக்கு மேல் மக்களைக் கொன்று குவித்த ஹிட்லர் தன்னுடைய வளர்ப்பு நாயான ப்ளொண்டியை நஞ்சு கொடுத்துக் கொன்றுவிட்டு துயரம் தாங்காமல் விம்மி விம்மி அழுதாராம். கொடுங்கோலன் சதாம் உசேன் தூக்கு மரத்துக்குப் போக முன்னர் சிறைக் காவலாளியிடம் தான் வளர்த்த செடிக்கு தவறாமல் தண்ணீர் வார்க்கச் சொல்லி வேண்டிக் கொண்டாராம்.

தமிழர்களைப் பட்டினி போட்டால் சிங்களவர்களுக்கு மகிழ்ச்சியாயிருக்கும் என்று சொன்னவரும், 150,000 தமிழர்கள் வீடிழந்து அனாதைகளாகி வீதிகளில் நிற்கக் காரணமானவரும், என்றென்றும் தமிழ் மக்கள் நினைவிலிருந்து அழியாத கறுப்பு யூலையைத் தோற்றுவித்தவரும் ஆன ஜே.ஆர். பழிபாவத்துக்கு அஞ்சாதவர். இவர் நெஞ்சில் எங்கேயோ கொஞ்சம் ஈரம் இருந்ததுதான் ஆகப் பெரிய அதிசயம்.

50

என்னைவிட்டுத் தப்புவது

2017 முழுக்க எனக்கு கூகிள் வருடமாக அமைந்தது. ஒவ்வொரு வார்த்தையாக கூகிளில் தேடினேன். என்னுடைய தேடலில் நான் எழுதிய கட்டுரை ஒன்றுதான் வந்தது. 'அட, இங்கேயும் அப்படியா?' என்று கம்புயூட்டரை மூடிவைத்தேன்.

எழுத்தாளர் மூளையிலே கரு எப்படி உதிக்கிறது என்பதுதான் கேள்வி. பல காரணங்களைச் சொல்லலாம். ஒரு சம்பவமாக இருக்கலாம்; வார்த்தையாக இருக்கலாம். அல்லது பழைய நினைவு அல்லது கனவு என்றும் சொல்லலாம். ரயிலில் விழுந்து இறந்த பெண்ணைப் பார்த்தபோதுதான் ரோல்ஸ்ரோயின் மிகச் சிறந்த நாவலான அன்னா கரீனினா அவர் மூளையில் தோன்றியது என்று சொல்வார்கள். அந்தச் சம்பவம் ஒரு திறப்புதான். நாவல் ஏற்கனவே அவர் மனதில் உட்கார்ந்திருந்தது.

நான் இதே கேள்வியைப் பல வருடங்களுக்கு முன்னர் ஆங்கில எழுத்தாளரான டேவிட் செடாரிசிடம் கேட்டிருக்கிறேன். 'ஒன்றுமே எழுத இல்லாதபோது என்ன செய்வீர்கள்?' அவர் சொன்னார் 'நான் தினமும் எழுதும் பழைய டைரிக் குறிப்புகளைப் படிப்பேன். ஏதாவது தோன்றும்' என்றார்.

சமீபத்தில் அவருடைய டைரிக் குறிப்புகளே *Theft by Finding* என்ற பெயரில் நூலாக வெளியாகியிருக்கிறது. ஒருவருடைய வீட்டில் நடப்பதை ரகஸ்யமாக எட்டிப் பார்ப்பதுபோல அந்தப் புத்தகமும் சுவையாகத்தான் இருக்கிறது.

இன்று தமிழில் பல லட்சம் வார்த்தைகளைத் தாண்டி எழுதிக்கொண்டிருக்கும் எழுத்தாளர் ஜெயமோகனிடமும் இதே கேள்வியைக் கேட்டேன். மிகப் பெரிய எழுத்தாளர்களுக்கு எல்லாம் எழுத்து தடங்கல் ஏற்பட்டிருக்கிறது. ஜெயமோகனுக்கு அப்படி நேர்ந்திருக்கிறதா என்றபோது அவர் சொன்னார். 'நான் தடங்கலால் பல சமயம் கஷ்டப்பட்டிருக்கிறேன். அதைக் கடந்துபோக ஒரு வழியுண்டு. கம்புயூட்டரின் முன் உட்கார்ந்து ஒரே வார்த்தையைத் திரும்பத் திரும்ப அடிப்பேன். ஒரு பக்கம் தாண்டியதும் ஏதாவது தோன்றும். அதைத் தொடர்ந்து எழுதுவேன். மூன்றாவது பக்கம் வந்ததும் கதை தன்னை தானாகவே எழுதத் தொடங்கிவிடும். நான் தள்ளி நின்று பார்ப்பேன். கதை முடிந்ததும் முதல் இரண்டு பக்கத்தையும் நீக்கிவிடுவேன்.'

அனுக் அருட்பிரகாசம் என்ற இளைஞர் எழுதிய *The Story of a Brief Marriage* புத்தகத்தைப் படித்தேன். இவர் இலங்கைக்காரர். அமெரிக்காவில் முனைவர் பட்டத்துக்குப் படித்துக்கொண்டிருக்கும் மாணவர். இவருடைய 208 பக்க நாவல் பற்றி பத்திரிகைகள் நிறைய எழுதின. தெற்கு ஆசிய இலக்கிய நடுவம் இந்த நாலுக்காக இவருக்கு 25,000 டாலர் பரிசு வழங்கியது *The Wall Street Journal* பத்திரிகை 2016ல் வெளிவந்த மகத்தான பத்து நாவல்களில் இதுவும் ஒன்று என எழுதியிருக்கிறது.

ஈழப்போரின் கடைசி நாட்களை இது விவரிக்கிறது. ஒரு கிழவர் தன் மகளை என்ன செய்வது என்று தெரியாமல் தடுமாறிய நேரம் ஓர் இளைஞனை அணுகி தன் மகளை மணமுடிக்கும்படி கேட்கிறார். அவனும் சம்மதிக்கிறான். ஒருநாள் மட்டுமே நீடிக்கும் அந்தத் திருமணத்தைப் பற்றியதுதான் கதை. இந்த நாவலை எழுதியபோது அனுக்கின் வயது 19. போர் நடந்த

நாட்களில் இவர் அங்கே இல்லை; ஒன்றையுமே நேரில் பார்த்தது கிடையாது. பத்திரிகைத் துணுக்குகள், டிவி செய்திகள், போரில் தப்பியவர்களின் நேர்காணல்கள் ஆகியவற்றை வைத்துப் புனைந்த நாவல் என்று சந்தித்தபோது சொன்னார்.

எப்படி, எப்போ மனதில் சிந்தனை உருவாகும் என்பதைச் சொல்லவே முடியாது. ஒரு சின்னப் பொறிதான் கதையை ஆரம்பித்திருக்கும். ஆனால் கதை எழுதி முடிந்த பின்னர் அந்தப் பொறி கதையின் உள்ளே மறைந்துபோன சம்பவங்களும் நடந்திருக்கின்றன.

முப்பது வருடத்துக்கு முந்திய ஆப்பிரிக்க அனுபவம் ஒன்று திடீரென்று நினைவுக்கு வந்தது. இத்தனை வருடமும் அது எங்கேயிருந்தது? 'பருவத்தால் அன்றிப் பழா' என்னும் அவ்வையின் வாக்குப்போல அது அதற்கு ஒரு காலம் உண்டு. இந்தக் கதைக்குக் கருவாக அமைந்தது ஒரு சிறுவனுடைய வசனம்தான். அந்தப் பையனுடைய அம்மா கிறிஸ்தவர்; அப்பா முஸ்லிம். பையனுக்கு 5 வயது நடந்தபோது அப்பா இறந்துபோனார். அவனுடைய தாயார் அவனை வளர்க்க சிரமப்பட்டார். வீடு வீடாகப் போய் வீடுகளைக் கூட்டி சுத்தமாக்கினார். நெடுநேரம் முழங்காலில் உட்கார்ந்து நிலத்தைத் துடைத்தார். இரவுகளில் கூடை பின்னி விற்று காசு சேர்த்து மகனைப் படிக்க வைத்தார். ஒரு நாள் பையன் தாயார் படும் கஷ்டத்தைப் பார்த்துவிட்டு ஒரு கேள்வி கேட்டான். 'என்னுடைய அப்பா முஸ்லிம். அவர் இன்னும் மூன்று பெண்களை மணமுடித்திருக்கலாமே. ஏன் அப்படிச் செய்யவில்லை? செய்திருந்தால் எனக்கு நாலு அம்மாமார் கிடைத்திருப்பார்கள். என்னை நாலு பேர் வளர்த்திருப்பார்கள். நீ இத்தனை கஷ்டப்படவே தேவையில்லை.' இந்த வசனம்தான் முக்கியம், கதையின் அடிப்படை. கதையின் தலைப்பு 'சின்ன ஏ, பெரிய ஏ.' சிறுகதை வெளிவந்ததும் பாராட்டுக் கிடைத்தது. பையன் சொல்லும் வசனம் கதையில் எங்கோ புதைந்து போனது. அதுபற்றி ஒருவருமே பேசவில்லை.

எனக்குக் கனவு வருவது அபூர்வம். சிலருக்கு முழுச் சிறுகதையும்

கனவிலேயே வந்துவிடும். வண்ணதாசன் அப்படிப்பட்ட அதிர்ஷ்டசாலி. சமீபத்தில் கனடாவுக்கு தமிழ் இலக்கியத் தோட்டத்தின் வாழ்நாள் இலக்கிய சாதனை விருது பெற வந்திருந்தார். அவர் ஆறு நாட்கள் தங்கினார். அவர் தங்கியிருந்த நாட்களில் அவருடைய மெய்க்கடிகாரமும், கைக்கடிகாரமும் ஒன்றுடன் ஒன்று பேசவில்லை. படுக்கும் நேரத்தில் விழித்திருந்தார். விழித்திருக்கும் நேரத்தில் கனவு கண்டார். இதுதான் அவர் சொன்ன கனவு.

'ஒரு நிகழ்ச்சி துவங்கப் போகிறது. நடிகர் நாசர்தான் அதை நடத்துகிறார். நான் இருக்கும் வரிசைக்கு வந்து நிகழ்ச்சியின் துவக்கமாக ஒரு புறாவைப் பறக்க விடவேண்டும் என என்னைக் கேட்டுக் கொள்கிறார். இவ்வளவு பேர் இருக்க என்னை ஏன் கேட்கிறார் என நினைத்தபடியே எழுகிறேன். வேட்டியும், ஜிப்பாவும் அணிந்திருக்கிறேன். நாசர் என்னைத் துரிதப்படுத்தி புறாவை கைகளில் தருகிறார். புறா சிறியது; ஒரு மாவடுபோல என் கைக்குள் அது வெதுவெதுப்பாக இருக்கிறது.' இப்படியே அவருடைய கனவு நீள்கிறது. ஓர் எழுத்தாளருக்கு கனவே சிறுகதை உருவத்தில் வெளிப்படுவது எத்தனை வசதி. மரம் ஒன்று, நாற்காலியும் மேசையுமாகக் காய்ப்பதுபோல.

நூறு விதைகள் விழுந்தால் ஒன்றிரண்டுதான் முளைக்கும். கரு கதையாவதும் அப்படித்தான். சில சம்பவங்கள் அருமையான கதையாகக் கூடிய சாத்தியங்களோடு இருக்கும். ஆனால் அவை கதையாக மாறாமலே மறைந்துவிடும். என்னுடைய நண்பர் ஒருவர் விமானி. ஒரு முறை பைலட் அறைக்குள் விமானியுடன் அமர்ந்து பிரயாணப்படுகிறேன். இரண்டு விமான ஓட்டிகள் விமானத்தை ஓட்டுகிறார்கள். ஒருவர் என் நண்பர். நான் தோளுக்கு மேல் பைலட் அணிவதுபோல சீட் பெல்டைக் கட்டி நண்பருக்குப் பின்னால் உட்கார்ந்திருக்கிறேன். முன்னுக்கு முகப்புக் கண்ணாடியில் நூறுவிதமான பல்புகள் எரிவதும் அணைவதுமாக இருக்கின்றன. விமானம் அபிட்ஜான் நகரை நோக்கிப் பறக்கிறது. நண்பர் சொல்கிறார், 'இடது பக்கம் விமானத் தளம் இப்போது தெரியும்.' மற்ற விமானி சொல்கிறார்

'இல்லையே. வலது பக்கம் என்று கருவி சொல்கிறது.' 'அப்படியா. இதே பக்கம்தான். இன்னும் சிறிது நேரத்தில் உண்மை புரியும்.' என் நெஞ்சு படபடவென்று அடிக்கிறது. விமானம் வழிதவறிவிட்டது என்றே நினைக்கிறேன். ஆனால் இரண்டு விமானிகளும் நிலவில் அமர்ந்து பேசுவதுபோல சாதாரணமாகப் பேசுகிறார்கள். இது நடந்து 40 வருடம் இருக்கும். இந்தச் சம்பவம் இன்னும் சிறுகதையாக மாறவே இல்லை.

சில சம்பவங்கள் ஆகச் சமீபத்தில் இருப்பதால் அவை கண்ணுக்குத் தெரிவதில்லை. ஒரு முறை எழுத்தாளர் சுஜாதாவை சந்திக்கப் போயிருந்தேன். அவர் தன் வாழ்க்கையில் நடந்த ஒரு சம்பவத்தைச் சொன்னார். என்னால் நம்பவே முடியவில்லை. அவருடைய அம்மா இறந்த பின்னர் அவர் பாதுகாத்து வந்த ஒரு சின்ன மரப்பெட்டியைத் திறந்து பார்த்தார்கள். அதற்குள் சுஜாதாவின் அம்மா வேறு ஒருவருக்கும் தெரியாமல் பணம் சேர்த்து வைத்திருந்தார். சுஜாதாவின் அப்பா அழத் தொடங்கினார். நான் ஒரு குறையும் வைத்து கிடையாது. எதற்காக இத்தனை பணம் எனக்குத் தெரியாமல் சேர்த்தார். நான் அவரைக் கைவிட்டுவிடுவேன் என நினைத்தாரோ?' எனப் புலம்பினார். அவர் மனைவி அவருக்கு துரோகம் செய்துவிட்டதாகவே நினைத்தார்.

இதை சுஜாதா என்னிடம் சொன்னபோது இதற்குள் அருமையான சிறுகதை இருப்பது எனக்கு உடனேயே புலப்பட்டது. அந்தச் சம்பவத்தை சுஜாதா சிறுகதையாக எழுதுவார் என நாலு வருடம் காத்திருந்தேன். அவர் எழுதவே இல்லை. பின்னர் நானே அதை ஒரு சிறுகதையாக எழுதி வெளியிட்டேன்.

சிலருக்கு சம்பவங்கள் தேவையாக இருக்காது. அவர்களுக்கு இயற்கையாகவே கற்பனை கொட்டிக்கொண்டிருக்கும். சமீபத்தில் நான் வை. மு. கோதைநாயகி பற்றிப் படித்தேன். 58 வயது மட்டும் வாழ்ந்து 1960ம் ஆண்டுதான் இறந்து போனார். இவர் 115 நாவல்கள் எழுதினார். ஐந்து வயதில்

மணமுடித்த இவருக்கு எழுத வாசிக்க வராது. இவர் சொல்லச் சொல்ல இவருடைய சிநேகிதி இவருடைய முதல் நாடகமான 'இந்திரமோகனாவை' எழுதினார். அதற்குக் கிடைத்த வரவேற்பைப் பார்த்து அதிசயித்து இவரே எழுதப் படிக்கக் கற்றுக்கொண்டு நாவல்களை எழுதித்தள்ளினார். ஒரு சம்பவத்துக்கோ, வார்த்தைக்கோ கனவுக்கோ இவர் காத்திருக்கவில்லை. கற்பனை இவருக்கு வெள்ளம்போல தானாகவே வந்தது.

ஆங்கிலத்தில் ஓர் எழுத்தாளர் இருந்தார். இவர் ஒரு விபத்தினால் எழுத்தாளர் ஆனார். இவருடைய பெயர் மார்கிரெட் மிச்செல். ஒருமுறை கால் முறிந்து படுத்த படுக்கையாக இருந்தபோது இவருடைய கணவர் தினமும் நூலகத்துக்குச் சென்று புத்தகங்களைக் கட்டுக் கட்டாக அள்ளிக்கொண்டு வருவார். மார்கிரெட் அவற்றைப் படித்துவிட்டு 'இதன் முடிவு சரியில்லை' 'எழுத்து நடை மோசம்' 'முழுக்க முழுக்க அபத்தம்' இப்படி ஏதாவது குறைசொல்லிக்கொண்டே இருப்பார். கணவன் ஒருநாள் சொன்னார் ' உனக்குத்தான் ஒரு புத்தகமும் பிடிக்கவில்லையே. நீயே உனக்குப் பிடிக்கும் விதமாக ஒரு புது புத்தகத்தை எழுதுவதுதானே.' அப்படி பிறந்ததுதான் *Gone with the Wind* என்ற உலகப் பிரசித்தி பெற்ற நாவல். இந்த நாவலுக்கு பல விருதுகள் கிடைத்தன. பின்னர் திரைப்படமாகவும் வந்தது. மார்கிரெட் கால் உடைந்து படுக்கையில் கிடந்திராவிட்டால் இப்படியான ஓர் இலக்கியம் உலகத்துக்குக் கிடைத்திருக்குமா என்பது சந்தேகம்தான்.

இன்று காலை பேராசிரியர் சுகிர்தராஜாவின் கட்டுரை ஒன்றைப் படித்தேன். உடனேயே அவரை அழைக்கவேண்டும் எனத் தோன்றியது. ஏன் என்றால் அந்தக் கட்டுரை தொடங்கிய விதம் என்னைக் கவர்ந்தது. லண்டனில் வசிக்கும் அவரை அழைத்து கட்டுரையின் துவக்க வரியைப் பற்றிச் சொன்னேன். எனக்கு மிகவும் பிடித்த டென்மார்க் எழுத்தாளர் ஐசாக் டெனிசனின் ஆரம்ப வரி போல இருக்கிறதென்று பாராட்டினேன். சுகிர்தராஜாவுடைய தொடக்க வரி இப்படிப் போனது. 'நான்

கொஞ்ச நாள் ஒரு கார் வைத்திருந்தேன்.' இறுதியில், இந்தக் கட்டுரையை எழுதுவதற்கான பொறி அவர் மூளையில் எப்படித் தோன்றியது என்று கேட்டேன். அவர் சிரித்தார். 'சொன்னால் நம்ப மாட்டீர்கள்' என்றார். 'பரவாயில்லை, சொல்லுங்கள்.' 'நீங்கள் எழுதிய ஊபர் கட்டுரையைப் படித்தபோது கிடைத்தது' என்றார். நான் டெலிபோனை வைத்தேன்.

மீண்டும் படிப்பதில்லை

சில வருடங்களுக்கு முன்னர் ஒரு நேர்காணலின்போது என்னை நேர்கண்டவர் ஒரு கேள்வி கேட்டார். நான் அப்படியான கேள்வி ஒன்றுக்கு என்னைத் தயார் செய்யவில்லை. ஆகவே சற்று நேரம் திகைத்துப் போய்விட்டேன். அவர் கேட்ட கேள்வி இதுதான். 'உங்களுக்குச் சொந்தமான முதல் புத்தகம் என்ன?' இதுபற்றி நான் இதற்கு முன்னர் யோசித்துப் பார்த்ததே கிடையாது. எங்கள் வீட்டில் பொதுவாக இருந்த ஒரே புத்தகம் பஞ்சாங்கம்தான். அதைத்தவிர பாடப்புத்தகங்கள் இருந்தன. கேள்வி கேட்டவர் அதைக் குறிப்பிடவில்லை என்றே நினைக்கிறேன். எப்படி யோசித்தும் எனக்குச் சொந்தமான ஒரு புத்தகத்தை என்னால் கண்டுபிடிக்க முடியவில்லை.

சிறுவயதில் அம்புலிமாமா, கல்கண்டு முதலியவற்றை இரவல் வாங்கிப் படித்தது உண்டு. அது பின்னர் கிராமம் முழுக்க சுற்றுக்கு போய்விடும். கொஞ்சம் பெரியவன் ஆனதும் கல்கி, ஆனந்த விகடன் தொடர்களைப் படிக்க ஆரம்பித்தேன். கொக்குவில் போன்ற சிறிய கிராமத்தில் வாசகசாலைகூட கிடையாது. புத்தகங்களைக் கடன் வாங்கிப் படிக்கத்தான் முடியும். பல்கலைக்கழகத்தில் யாராவது நண்பர்களிடம் இரவல் வாங்கி இரவு இரவாகப் படித்துவிட்டு அடுத்தநாள் காலை திருப்பிவிடுவேன். பல்கலைக்கழகப் படிப்பு முடிந்தபிறகு வேறு படிப்பு தொடங்கியது. ஆகவே கையில் பணம் கிடையாது. ஒரு

புத்தகத்தை வாங்கிச் சொந்தமாக்கவேண்டும் என்ற சிந்தனையே எனக்கு ஏற்படவில்லை. எல்லோரும் என்னைப்போல புத்தகங்களை இரவல் வாங்கிப் படிக்கிறார்கள் என்றே நினைத்தேன்.

எனக்கு இருபது வயது ஆரம்பித்தபோதே சிறுகதைகள் எழுதத் தொடங்கிவிட்டேன். அவை இலங்கை பத்திரிகைகளிலும், இந்தியப் பத்திரிகைகளிலும் வெளிவந்தன. என்னுடைய சொந்த அக்காவை கதாபாத்திரமாக வைத்து எழுதிய 'அக்கா' சிறுகதை இலங்கையில் முதல் பரிசு பெற்றது. பின்னர் அந்தத் தலைப்புடன் சிறுகதைத் தொகுப்பு புத்தகமாக வெளிவந்தது. இப்பொழுது நினைத்துப் பார்க்கும்போது என் வாழ்க்கையில் முதன்முதல் சொந்தமாகச் சம்பாதித்தது நான் எழுதிய 'அக்கா' சிறுகதை புத்தகம்தான். ஆசிரியர் என்ற வகையில் எனக்கு 10 புத்தகங்கள் கிடைத்தன. ஆனால் அவை ஒவ்வொன்றாக மறைந்து இன்று என் கையில் ஒரேயொரு புத்தகம் மிஞ்சியிருக்கிறது. அதே அட்டை; அதே படம், அதே பழுப்பு நிறத் தாள், அதே மங்கிய எழுத்து.

பின்னாளில் *Margaret Mitchell* எழுதிய நூலைப் படித்தபோது நான் இந்தச் சம்பவத்தை நினைவுகூர்வேன். அவர்தான் உலகப் பிரபலம் பெற்ற *Gone With the Wind* நாவலை எழுதியவர். இந்த நாவலுக்கு அந்தக் காலத்திலேயே புலிட்ஸர் பரிசு கிடைத்தது. மார்கிரட் ஓர் அசுர வாசகி. கணவர் என்ன புத்தகம் கொண்டு வந்தாலும் அதை ஒருநாளில் வாசித்து முடித்துவிட்டு வேறு கேட்பார். ஒன்றிலும் அவருக்குத் திருப்தியே வராது. அப்பொழுது ஒருநாள் கணவர் சொன்னார். 'உனக்கு ஒரு நாவலும் பிடிக்கவில்லை. நீயாகவே ஒன்றை எழுதுவதுதானே.' அப்படி எழுதியதுதான் அந்த நாவல். அவருக்குப் பிடித்த நாவலை அவரே எழுதியது போலத்தான் ஒரு புத்தகத்தைச் சொந்தமாக்க எனக்குக் கிடைத்த ஒரே வழி நானே ஒன்றை எழுதுவதுதான்.

ஒரு புத்தகம் எனக்குச் சொந்தமானாலும் நான் அச்சில் வந்த என்னுடைய படைப்பை படிப்பது கிடையாது. பல

எழுத்தாளர்களுக்கும் இந்தப் பிரச்சினை உண்டு. எழுத்தாளர் சு.ரா சொல்வார் தான் எழுதி அச்சாகியதைத் திருப்பிப் படிப்பதே இல்லையென்று. அச்சாகும் முன்னர் எத்தனை தடவை என்றாலும் திருத்தி எழுதுவார் ஆனால் அச்சான பின்னர் படிப்பதே கிடையாது. அதனால் ஒரு பிரயோசனமும் இல்லை. வெளியிட்டவுடனேயே அது வாசகர்களுக்குச் சொந்தமாகிவிடுகிறது. எழுத்தாளர் திரும்பிப் பார்க்காமல் போய்க்கொண்டே இருக்கவேண்டியதுதான்.

சமீபத்தில் எனக்கு நேர்ந்த அனுபவத்தைச் சொல்வதுதான் இதை எழுதுவதன் நோக்கம். எந்த அக்காவை பாத்திரமாக வைத்து 1964ல் 'அக்கா' என்ற சிறுகதையை எழுதினேனோ அந்த அக்கா 2019ம் ஆண்டு சனவரி மாதம் தேதி 26 சனிக்கிழமை இரவு 9.30க்கு காலமானார். அப்போது இலங்கையில் தேதி 27 ஞாயிறு காலை 8.00 மணி. அங்கே அந்த நேரம் தினமலர் என்ற பத்திரிகையில் 54 வருடங்களுக்கு முன்னர் நான் எழுதிய 'அக்கா' சிறுகதை மறுபிரசுரம் செய்யப்பட்டிருந்தது. இது எனக்குத் தெரியாது. ஆனால் முன்பின் தெரியாத ஒருவர், பெயர் இஸ்ராத், என்னை தொலைபேசியில் அழைத்து, சிறுகதை வெளியான செய்தியை எனக்குச் சொன்னார். நான் அளவில்லா ஆச்சரியமடைந்தேன். அவருக்கு அக்கா இறந்துபோனது தெரியாது. அதைச் சொன்னேன். அவரால் அந்தச் செய்தியை நம்பமுடியவில்லை. 54 வருடங்களுக்கு முன்னர் ஒருவர் பற்றி எழுதிய கதை அவர் இறக்கும் நாளில் மறுபிரசுரமானதை எப்படி விளக்குவது.

ஒரு நண்பர் அந்தப் பத்திரிகையில் வந்த சிறுகதையைப் படமாக மாற்றி எனக்கு மின்னஞ்சலில் அனுப்பியிருந்தார். ஒரு முறை அச்சில் வந்ததை நான் படிப்பதில்லை. விதிவிலக்காக அந்தச் சிறுகதையை மறுபடியும் படித்தேன். பல சம்பவங்களை மறந்துவிட்டேன். பல வார்த்தைகள் புதிதாக இருந்தன. 54 வருடங்களுக்கு முன்னர் முதல் முறை இந்தச் சிறுகதை பிரசுரமானபோது அக்கா உயிருடன் இருந்தார். இம்முறை அது பிரசுரமான அதே நாள், அதே நேரம் அவர் உயிரை விட்டார்.

முதல் சம்பளம்

வாழ்நாள் ஆசை என்று ஒவ்வொருவருக்கும் ஒன்று இருக்கும். என்னுடைய ஆசை கனடாவில் ஒரு நாளாவது வேலை செய்வது. வேலை என்றால் தொண்டு வேலை அல்ல; அது நிறையச் செய்துகொண்டிருக்கிறேன். சம்பளத்துக்கு வேலை. என்ன வேலை என்றாலும் பரவாயில்லை. தோட்ட வேலை. சுப்பர் மார்க்கெட்டில் வண்டில் தள்ளும் வேலை. உணவகத்தில் கோப்பை எடுக்கும் அல்லது கழுவும் வேலை. மூளை உபயோகிக்கும் வேலை மட்டும் வேண்டாம். அதுவும் கணக்கு எழுதும் வேலை எனக்குத் தேவையே இல்லை. வாழ்நாள் முழுக்க அதைத்தானே செய்தேன்.

சுப்பர் மார்க்கெட்டில் வண்டி தள்ளும் வேலைக்கு முயற்சி செய்தேன். வாடிக்கையாளர்கள் சாமான்களை வண்டியிலே வைத்துத் தள்ளிச் சென்று காரிலே சாமான்களை ஏற்றி வண்டியை விட்டுவிட்டுப் போவார்கள். அவற்றைச் சேகரித்து சுப்பர்மார்க்கெட் உள்ளே கொண்டு போய் நிறுத்தவேண்டும். அதைக் கெடுத்தவர் புலம்பெயர்ந்த தமிழர்தான். அவர் அங்கே *30 வருடமாக சேலை செய்கிறாராம். 20 வண்டில்களை* சேகரித்து ஒரேயடியாக உள்ளே தள்ளிக்கொண்டு போவதில் ஒரு சாதனை வைத்திருந்தார். அந்தச் சாதனையை நான் முறியடித்துவிடுவேன் என பயந்தாரோ என்னவோ, அந்த வேலை எனக்கு கிடைக்காமல் தடுத்துவிட்டார்.

வேறு பல வேலைகளுக்கு முயற்சிகள் செய்தாலும் அவை தோல்வியிலேயே முடிந்தன. இப்படி நான் சோர்ந்துபோய் இருந்த சமயம்தான் ஒரு நாள் அதிகாலை டெலிபோன் மணி அடித்தது. மற்ற பக்கம் இருந்தவர் ஒரு நிமிடம் பேசிய பின்னர்தான் அவர் ஆங்கிலம் பேசுகிறார் என்று எனக்குப் புரிந்தது. அவர் சீனாக்காரராக இருக்கலாம். தமிழ் ஆங்கில மொழிபெயர்ப்புக்கு வரமுடியுமா என்று என்னிடம் கேட்டார். எப்போது என்று கேட்டேன். இன்றைக்கு. எத்தனை மணிக்கு? காலை 9 மணி. என்ன இடம்? அவர் முகவரியைச் சொல்லச் சொல்ல எழுதினேன். தூரமான தேசம். தொலைந்துபோவதற்கான வாய்ப்புகள் அதிகம். நான் அதுபற்றி யோசிக்கும்போதே வாய் 'சரி வருகிறேன்' என்று சொல்லிவிட்டது.

ஒன்பது மணிக்கு ஒரு நிமிடம் இருக்கும்போது போய்ச் சேர்ந்தேன். நான் சந்தித்தது ஒரு யூதப் பெண்மணி. பெயர் எழுனா என்றார். அவர் உடையும், இருந்த தோரணையும், பேசிய விதமும் எனக்குப் பிடித்துக்கொண்டது. கருணை உள்ளவர் என்று உடனேயே என் மனதில் பதிந்தது. காப்புறுதி நிறுவனம் சார்பில் விபத்தில் மாட்டிய ஒரு தமிழ்ப் பெண்மணியின் உடல், மன நிலையை அவர் மதிப்பீடு செய்யவேண்டும். இவருடைய மதிப்பீட்டின் அளவுகோல் படி அந்தப் பெண்ணுக்கு இழப்பீடு வழங்கப்படும் என்பதை எழுனாவே என்னிடம் சொன்னார்.

விபத்தில் மாட்டிய பெண்ணின் பெயர் சின்னநாயகி என்று எனக்கு அறிமுகம் செய்து வைத்தார். பெரியநாயகி கேள்விப்பட்டிருக்கிறேன். சின்னநாயகி புதிதாக இருந்தது. அவர் ஒரு திருமண விழாவுக்கு உறவுக்காரருடன் காரில் போய்க்கொண்டிருந்தபோது வேறு காருடன் மோதி விபத்து நடந்தது. மூன்று நாள் மருத்துவமனையில் நினைவு தப்பிக் கிடந்தார். உடம்பில் பல இடங்களில் முறிவு. தலையில் பலமான அடி. காரில் பயணம் செய்த மற்றவர்கள் சிறிய காயங்களுடன் தப்பிவிட்டனர். ஒருமாத காலமாக இவருக்கு சிகிச்சை நடந்தது. இப்பொழுது வீட்டில் இருந்து சிறிது சிறிதாகத் தேறி வருகிறார். இந்த விவரங்கள் நான் பின்னர் தெரிந்துகொண்டவைதாம்.

சின்னநாயகி கட்டையாக உருண்டையாக இருந்தார். முகத்திலே நிரந்தரமான வலிபோன்ற தோற்றம். யாழ்ப்பாணத்தில் தமிழ் ஆசிரியையாக வேலை செய்து புலம்பெயர்ந்தவர். அவருக்கு கணவரும் ஒரு மகனும் மட்டுமே. நோயாளியியும் மொழிபெயர்ப்பாளரும் அவர்களுக்குள் பேசுவது தடுக்கப்பட்டிருந்தது. ஆனாலும் சின்னநாயகி இடைவேளைகளில் தன் சரிதத்தை எனக்குச் சொல்லிவிடுவார். மகன் அவரை இங்கே இறக்கிவிட்டு வேலைக்குப் போயிருக்கிறார். பின்னேரம் வந்து அவரை வீட்டுக்குக் கூட்டிப் போவார். 'என்ரை நிலைமையை எடுத்துச் சொல்லுங்கோ' என்று அடிக்கடி எனக்கு நினைவூட்டினார்.

நான் மொழிபெயர்ப்பதற்குத் தயாராக இருந்தேன். எழுனா ஆரம்பித்தார்.

இன்று எப்படி உடம்பு இருக்கிறது?

வலிதான். வலியில்லாத ஒரு நிமிடத்தைக்கூட நான் அனுபவித்தது கிடையாது.

இரவு தூங்கினீர்களா?

நித்திரை மாத்திரை போட்டுவிட்டுப் படுத்தேன். மூன்று மணி நேரம் தூங்கினேன். பின்னர் எழும்பி இன்னொரு வலி மாத்திரை போட்டேன். சிறிது நடந்தேன். சுடுதண்ணீர் வைத்துக் குடித்தேன். தூங்க முடியவில்லை.

உங்களுக்குச் சொல்லித்தந்த உடல் பயிற்சிகளைச் செய்கிறீர்களா?

பயிற்சி செய்தால் வலி இன்னும் கூடுகிறதே. ஏதோ கொஞ்சம் ஏலக்கூடியதைச் செய்கிறேன்.

கல்யாணவீடு, பிறந்தநாள் கொண்டாட்டம் இப்படியான நிகழ்வுகளுக்குப் போகிறீர்களா? அப்படிப் போனால் உங்களுக்கு நல்லது என்று சொல்லியிருக்கிறேன். முகத்தில் சிரிப்பு வரும்.

போகிறேன். என்னுடைய அக்கா அதுகளுக்குக் கூட்டிப் போவார்.

நல்லது. நல்லது. உங்கள் சுவாச...

திடீரென்று சின்னநாயகி எழுந்து நின்று தாதி வெப்பமானியை உதறுவதுபோல கையை உதறினார். என்ன என்று கேட்டபோது மருத்துவருடைய குறிப்பை மறந்துவிட்டார் என்றும் அதை எடுத்துவர வெளியே போகவேண்டும் என்றார். சிறிது நேரத்தில் குறிப்பை எடுத்து வந்து எழுனாவிடம் நீட்டினார்.

உங்கள் மருத்துவரும் சுவாசப் பிரச்சினை பற்றி எழுதியிருக்கிறார். இது என்ன புதிதாக இருக்கிறது?

மூச்சு விடக் கஷ்டம். பாதி மூச்சுத்தான் வருகிறது. சுவாசப்பை நிறைவதே இல்லை. உடனே களைப்பும் வருகிறது என்றுவிட்டு இளைத்தார்.

நீங்கள் உங்கள் சமூகக் கூட்டங்களில் பாடியுள்ளதாக முன்பு சொன்னீர்களே. எங்கே ஒரு பாட்டுப் பாடுங்கள் பார்ப்போம்.

உடனே சின்னநாயகியிடம் ஒரு மாற்றம் வந்தது. முகத்திலே சிரிப்பும் தோன்றியது. அழகாகக்கூட தெரிந்தார்.

> சுவாசமே சுவாசமே
> என்ன சொல்லி என்னைச் சொல்ல
> காதல் என்னைக் கையால் தள்ள
> இதயம்தான் சரிந்ததே உன்னிடம்
> சுவாசமே சுவாசமே.

அவர் படித்த சங்கீதத்தில் கொஞ்சம் மீதி இன்னும் இருந்தது. இரண்டு மைல் ஓடியதுபோல அவருக்கு மேலும் கீழும் இழுத்தது. நான் திகிலுடன் மொழிபெயர்க்க வேண்டுமா என்பதுபோல பார்த்தேன். எழுனா வேண்டாம் என்றார்.

தொடர்ந்து சின்னநாயகி பேசினார். திடீரென்று வலி வருகிறது. சிவப்பு வலி மாத்திரை போட்டாலும் போகுதில்லை. மஞ்சள் போட்டாலும் போகுதில்லை. அது நினைத்த பாட்டுக்கு வருகிறது. நினைத்த நேரம் போகிறது.

கழுத்து வலியா?

இல்லை, கை வலி.

அங்கேயுமா? நடுச்சாமத்தில் வலி வந்தால் என்ன செய்வீர்கள்?

கையை நீட்டிக்கொண்டு சுடுதண்ணீர் பைப்பை திறந்துவிடுவேன். முதலில் குளிர்ந்த தண்ணீர் வரும். பின்னர் அது சூடாகி சுடுநீர் வரும். அதை மாறி மாறிப் பிடிப்பேன். வலி போகாது. கொஞ்சம் ஆறுதலாக இருக்கும்.

உங்கள் கணவரையும் நீங்கள்தான் பார்க்கவேண்டுமா?

வேறு ஆர்? நான்தான் பார்க்கவேண்டும். அவர் மறதி என்னிலும் மோசம். குளிர்ப் பெட்டியைத் திறந்து தலையை நுழைத்து எதையோ தேடுவார். ஆனால் மறந்துவிடும். கதவு வந்து அவர் முதுகில் அடிக்கும். அப்படியே உறைந்த கல்லைப்போல நிற்பார்.

போனதடவை உங்களுக்கும் மறதி வருகிறது என்று சொன்னீர்களே.

அதுதான் மோசம். பக்கத்துக் கடைக்குப் போனால் என்ன சாமான் வாங்க வந்தேன் என்பது நினைவில் இல்லை. ஒருநாள் எங்கே நிற்கிறேன் என்பது மறந்துவிட்டது. என்னுடைய வீட்டு முகவரியும் ஞாபகத்தில் இல்லை. 9 வயதுச் சிறுமி ஒருத்தி என்னைப் பிடித்து அழைத்துப்போய் வீட்டில் சேர்த்தாள்.

உங்கள் பெயரையும் முகவரியையும் டெலிபோன் நம்பரையும் ஓர் அட்டையில் எழுதி அதை எந்நேரமும் கழுத்தில் தொங்க விடவேண்டும். அதைக் கடந்த தடவை சொன்னேனே.

அதுவும் எனக்கு மறந்துபோனது.

சரி, மருந்தாவது கிரமமாக எடுக்கிறீர்களா?

எங்கே எடுக்கிறேன். எனக்கு அதைப் பார்த்து நேரத்துக்கு நேரம் தவறாமல் தர ஒருவரும் இல்லையே. சிலவேளை முற்றிலும் மறந்துபோகிறேன்.

இப்படி எங்கள் அறிவுரைகளை உதாசீனம் செய்தால் எப்படி உடம்பு சுகப்படும்?

திடீரென்று ஒரு பழைய பாடலை சின்னநாயகி சொன்னார். 'அடுத்து முயன்றாலும் ஆகும் நாள் அன்றி/ எடுத்த கருமங்கள்

ஆகா கொடுத்த/ உருவத்தால் நீண்ட உயர் மரங்கள் எல்லாம்/ பருவத்தால் அன்றி பழா.

நான் அங்குமிங்கும் தலையைத் திருப்பினேன். அதையும் மொழிபெயர்ப்பதா என்பதுபோல பரிதாபமாக எழுனாவைப் பார்த்தேன். அவர் மொழிபெயர்க்கச் சொன்னார்.

சுருக்கமாக 'எது எது எப்போ நடக்கவேண்டுமோ அது அது அப்போ நடக்கும்' என்றேன்.

உங்கள் கால்வலி எப்படி?

உடனேயே சின்னநாயகியின் முகம் மலர்ந்தது. சொல்லவேணும் சொல்லவேணும் என்று நினைத்து வந்தனான். எல்லாம் மறந்துவிட்டது. அந்த வலியை விளங்கப்படுத்தவே முடியாது. எலும்புக்குள் இருந்து தொடங்கும். வித்தியாசமானது.

அது என்ன வித்தியாசமான வலி?

வித்தியாசம் என்றால் வித்தியாசம்தான். அமெரிக்கா காசும் காசு. கனடா காசும் காசு. ஆனால் வித்தியாசம் இருக்கிறதல்லவா?

எழுனா சிரித்தார். நானும் சிரித்தேன்.

உடனேயே சின்னநாயகி உசார் வந்து இடது கால் சப்பாத்தை அதிகாரிக்குக் காட்டுவதற்காகச் சட்டென்று குனிந்து அகற்றினார். ஒருவிதமான மோசமான நாற்றம் எழுந்தது. சதை அழுகிய மணம். காற்றின் நிறம்கூட மாறியதுபோல எனக்குப் பட்டது. எழுனா பார்க்க முன்னரே நான் அவர் பாதத்தை பார்த்துவிட்டேன். வீங்கி வரிவரியாகச் சிவந்துபோய் முயல்குட்டி போல உட்கார்ந்திருந்தது. அதற்குள் இருந்து என்னவோ வெளியே வரத் துடித்தது. கால் விரல்கள் ஒன்றுடன் ஒன்று ஒட்டிப்போய் வாத்தின் விரல்கள்போல ஆகிவிட்டன.

'மூடுங்கள் மூடுங்கள்' என்று எழுனா கத்தினார். நாங்கள் அங்கேயிருந்த ஒரு மணி நேரத்தில் முதல் தடவையாக எழுனா குரலை உயர்த்தினார்.

இப்பொழுது வலி எண் என்னவென்று அமைதியாகக் கேட்டார்.

எந்த வலி?

எது ஆகக்கூடிய வலியோ அது?

ஒன்று என்றார். நான் மொழிபெயர்க்காமல் அவரிடம் ஒன்றா என்று கேட்டேன். ஆமாம் முதல் நம்பர் வலி. இதை மீறியது இல்லை என்றார்.

நான் எழுனாவிடம் 10 என்று சொன்னேன். அதாவது ஆகக் கூடிய வலி. அவர் அதை எழுதிக்கொண்டார்.

சில நாட்கள் கழித்து அந்தப் பெண்ணுக்கு இழப்பீடு கிடைத்துவிட்டதாக அறிந்தேன். தொகை தெரியவில்லை. ஒரு லட்சம் டொலராக இருக்கலாம். ஒரு மில்லியன் கூட இருந்தாலும் அதிசயப்படக் கூடாது. அந்த இழப்பீட்டுப் பணத்தில் என் பங்கும் இருந்தது. எழுனா வைத்திருந்த கோப்பில் சின்னநாயகியின் படம் ஒன்று இருந்தது. விபத்துக்கு முன்னர் எடுத்ததாக இருக்கலாம். நான் அதை என் பக்கத்தில் இருந்து தலைகீழாகப் பார்த்தேன். சிரித்த முகம். ஒரு கணநேரத்தில் நடந்த விபத்தில் அவர் முகம் அப்படி மாறிவிட்டது. இனிமேல் அவருக்கு அதுதான் முகம். ஒரு மில்லியன் டொலர்கூட அந்த வலி முகத்தை மாற்றமுடியாது.

★★★

இன்று என்னுடைய சம்பளக் காசு வந்தது. மொழிபெயர்த்த வேலைக்காக சீனாக்காரர் அதை மின்னஞ்சலில் அனுப்பியிருந்தார். அது பேசாமல் போய் எனக்குத் தெரியாமல் என்னுடைய வங்கிக் கணக்கில் அமர்ந்துவிட்டது. காசு அனுப்பிய விவரம் குறுஞ்செய்தியாக வந்தது. ஒருவரும் எனக்கு மின்னஞ்சலில் பணம் அனுப்பியது கிடையாது. நான் கம்புயூட்டரை திறந்து என் வங்கிக் கணக்கில் சென்று பார்த்தேன். உண்மைதான், 50 டொலர் அங்கே புதிதாக உட்கார்ந்திருந்தது. என் முதல் சம்பளம். அப்படியே, அது என்ன வார்த்தை, உடம்பு எல்லாம் புளகாங்கிதம் அடைந்தது.

நான் மனைவியை வரச்சொல்லிக் கத்தினேன். நான் கீழே நிலவறையில் கம்புயூட்டருக்கு முன் அமர்ந்திருந்தேன். அவர்

வேலையாக மேலே இருந்தார். 12 படிகளையும் ஒவ்வொன்றாகக் கடந்து கீழே வந்தார். நான் கம்புயூட்டரைக் காட்டினேன். அவர் நெடுநேரம் பார்த்தார். மிருகக்காட்சி சாலையில் நூதனமான ஒரு மிருகத்தைப் பார்ப்பதுபோல உற்றுப் பார்த்தார். தெரிகிறதா? என்றேன். ஓமோம் என்று அதிசயமாகத் தலையாட்டினார். 50 டொலர் அங்கே இருப்பதை அவரும் உறுதி செய்தார். என் முதல் சம்பளக் காசு.

மனம் குதித்தது. என்ன செய்வது? என்ன செய்வது? ஒரு காலத்தில் இலங்கையில் 19 வயது நடந்தபோது எனக்கு முதல் வேலை கிடைத்தது. அரசாங்க பஸ்களின் நூற்றுக்கணக்கான டயர் நம்பர்களைக் கணக்கெடுத்து எழுதிக் கொடுப்பது. என்னுடன் சேர்ந்து 50, 60 மாணவர்கள் வேலை செய்தார்கள். ஒரு வாரம் கழித்து வேலை முடிந்தபோது சம்பளம் தந்தார்கள். 150 ரூபா. முதல் சம்பளம். அத்தனை பெரிய காசை நான் பார்த்தது கிடையாது. என் அப்பாவும் பார்த்ததில்லை. என்ன செய்வதென்றே தெரியவில்லை. அன்றிரவு முழுக்கத் தூங்காமல் யோசித்தேன். மணிக்கு இரண்டு தடவை காசை எண்ணிப் பார்த்தேன். வீட்டிலேயே திருடர்கள் இருந்தால் எச்சரிக்கையாக இருப்பது நல்லது.

அடுத்தநாள் கடைக்குப் போய் ஒரு கைக்கடிகாரம் வாங்கினேன். சரியாக 150 ரூபாய். வைலர் கைக்கடிகாரம். உடனேயே நேரத்தைப் பார்த்தேன். 10.11. சிறிது நேரம் கழித்து 10.12. இன்னும் கொஞ்ச நேரம் கழித்து 10.13. அன்று முழுக்க ஒவ்வொரு நிமிடமும் அதைப் பார்த்தேன். என் மனம் ஓடியதுபோலவே அதுவும் போட்டியாக ஓடியது.

அது அப்போது. இப்பொழுது கனடா நாட்டில் என்னுடைய முதல் சம்பளமாகக் கிடைத்த 50 டொலரை என்ன செய்வது? எத்தனை பெரிய காசு? இந்திய ரூபாயில் 2600. இலங்கை ரூபாவில் 6000. யப்பானிய யென்னில் 4200. இத்தாலியன் லீராவில் 64,150. இன்றிரவு தூங்காமல் இதைப் பற்றி யோசிப்போம். நாளை இரவும் யோசிப்போம். எத்தனை கொண்டாட்டமான நிகழ்வு. அதில் கொஞ்சம் வலியும் இருந்தது.

கோப்பிக் கடவுள்

சில வாரங்களுக்கு முன் ஸ்டார்பக்ஸ் கோப்பிக் கடையில் இரண்டு கறுப்பின வாடிக்கையாளர்கள் போலீசாரினால் கைது செய்யப்பட்டனர். இது நடந்தது அமெரிக்காவின் மிகப்பெரிய நகரமான ஃபிலெடெல்ஃபியாவில். இந்த விவகாரம் நொடியில் ஆர்ப்பாட்டமாகி கறுப்பின மக்கள் ஒன்றுதிரண்டு போலீசாரின் இந்த அட்டூழியத்தை எதிர்த்துப் புரட்சி செய்தனர். ஸ்டார்பக்ஸ் நிர்வாகம் அநீதிக்குப் பொறுப்பேற்று இனிமேல் இப்படி நடக்காது என உத்திரவாதம் அளித்தது. போலீசார் கைது செய்ததைப் படம்பிடித்த காணொளியை வெளியிட்டபோது அதை இரண்டு கோடி மக்கள் பார்த்தனர். இவை எல்லாம் பத்திரிகைகளில் வந்தன.

இதைப் படித்தபோது சிலமாதங்களுக்கு முன்னர் நடந்த சம்பவம் ஒன்று ஞாபகத்துக்கு வந்தது. ஸ்டார்பக்ஸ் நிறுவனத்தின் மாபெரும் ஒன்றுகூடல் நிகழ்வுக்கு விருந்தினராகப் போன ஒருத்தர் சொன்னது. பத்திரிகையில் வராத செய்தி இது. இன்று உலகம் முழுக்க வியாபித்து ஸ்டார்பக்ஸ் 27,500 கிளைகளைக் கொண்டிருக்கிறது. 240,000 ஊழியர்கள் வேலைசெய்கிறார்கள்.

இதன் வருமானம் வருடத்துக்கு 22 பில்லியன் டொலர்கள் என்று சொல்கிறார்கள். இதன் முகாமையாளர்களும், முக்கிய அதிகாரிகளும் வருடத்துக்கு ஒருமுறை மாபெரும் ஒன்றுகூடல் நிகழ்வில் கலந்துகொள்வார்கள்.

கொஸ்டாரிக்காவில் நடக்கும் விழாவில் கலந்து கொள்வதற்காகத்தான் விருந்தினர் விமானத்தில் பறந்து கொண்டிருந்தார். அங்கேதான் ஸ்டார்பக்ஸுக்குச் சொந்தமான பெரிய கோப்பித் தோட்டம் இருந்தது. கோப்பிச் செடிகளை எப்படி வளர்ப்பது, பராமரிப்பது போன்ற விசயங்களில் பணியாளர்களுக்குப் பயிற்சி அளிக்கப்படும். இந்த நிகழ்வில் முக்கியமான அம்சம் என்னவென்றால் அதன் உரிமையாளரும் தலைவரும் நேரில் கலந்துகொள்கிறார் என்பதுதான். பணியாளர்கள் அவரைக் காண்பது மிக மிக அரிது. அவரைச் சந்திப்பது கடவுளைச் சந்திப்பதற்கு சமம் என்று தங்களுக்குள் பேசிக்கொள்வார்கள்.

அன்று விமானத்தில் சனம் இல்லை. முதல் வகுப்பில் விருந்தினரும், இருபது இருபத்தியொரு வயது மதிக்கக்கூடிய ஓர் இளைஞனும்தான். அவன் சாதாரண உடை அணிந்திருந்தான். நன்றாகத் தோய்த்து சுருக்கம் நீங்காத, முழங்காலில் கிழிந்த ஜீன்ஸ். சாயம் போன ரீசேர்ட். முதல் வகுப்பில் அவன் பயணிப்பது அவருக்கு ஆச்சரியமாக இருந்தது. இவன் மாணவனா? விடுமுறை நாளாகவும் இல்லை. முதல் வகுப்பில் பயணப்படுவதால் பணக்காரனாக இருக்கவேண்டும். இப்படியெல்லாம் யோசித்தார்.

அந்த இளைஞனுக்கும் ஓர் ஆச்சரியம் இருந்தது. அவன் விருந்தினரைப் பார்த்தான். அவர் கனவான் போல உடையணிந்திருந்தார். முக்கியமான ஒரு சந்திப்புக்குப் போகிறார் அல்லது அதை முடித்துவிட்டுத் திரும்புகிறார் என யூகித்தான். ஏதோ ஒரு பெரிய நிறுவனத்தின் பொறுப்பாளராக அவர் பதவி வகிக்கலாம். விமானத்தில் ஏறிய நேரத்திலிருந்து மடிக்கணினியைத் திறந்து வைத்து அதிலே தட்டச்சு செய்தார். விமானப் பணிப்பெண் ஒவ்வொரு பத்து நிமிடமும் வந்து

அவரிடம் எல்லாம் சரியாக இருக்கிறதா என விசாரித்தாள். அவருடைய கிளாசில் பழரசம் முடியமுன்னர் மீண்டும் நிரப்பினாள். அடிக்கடி அவர் அந்த விமானத்தில் பயணம் செய்பவராக இருக்கவேண்டும்.

ஆனால் இளைஞனை ஆச்சரியப்படுத்தியது அதுவல்ல. அவர் கையிலே பிடித்திருந்த வழுவழுப்பான அட்டையில் கோப்பித் தோட்டப் படம் ஒன்று காணப்பட்டது. அதற்கு மேலே வலது பக்க மூலையில் ஸ்டார்பக்ஸின் சின்னம் கடும் பச்சை நிறத்தில் பொறித்திருந்தது. நீண்ட தலைமுடியில் கிரீடம் வைத்து, கைகள் இரண்டையும் மேலே தூக்கியபடி நிற்கும் பெண். அவர் நிச்சயமாக ஸ்டார்பக்ஸில் வேலை செய்யும் உயர் அதிகாரியாக இருக்கவேண்டும் என முடிவு செய்தான். சட்டென்று கையை நீட்டி 'நான் ரியோ' என்று தன்னை அறிமுகப்படுத்தினான். விருந்தினரும் கையைக் குலுக்கியபடி தன் பெயரைச் சொல்லிவிட்டு ரியோவைக் கூர்ந்து பார்த்தார். சிரித்த முகம். துணிச்சலான கண்கள். எவரையும் முதல் பார்வையிலேயே வசீகரித்துவிடும் முகம். அவனுக்குள் வார்த்தைகள் தோன்றி வெளியே வரத் துடித்துக் கொண்டிருப்பது உதடுகளில் தெரிந்தது.

'நீங்கள் ஸ்டார்பக்ஸில் வேலைசெய்யும் அதிகாரியா?' என்றான். அவன் குரலில் இருந்த மகிழ்ச்சி அவன் ஏதோ ஒரு பெரிய கண்டுபிடிப்பை செய்துவிட்டது போல இருந்தது. அவர் சிரித்தார். 'ஏன் அப்படி நினைக்கிறீர்கள்?' 'ஓ, நீங்கள் கையிலே பிடித்திருக்கும் அட்டையில் ஸ்டார்பக்ஸின் சின்னம் உள்ளது. ஓர் ஊகம்தான்' என்றான். 'அப்படியெல்லாம் இல்லை. ஸ்டார்பக்ஸ் நடாத்தும் வருடாந்த நிகழ்வில் கலந்து கொள்ளப் போகிறேன்.' அப்பொழுதுகூட தான் பிரதம விருந்தினராக அழைக்கப்பட்டதை அவர் கூறவில்லை. 'எங்கே விழா நடக்கிறது?' 'கொஸ்டரிக்காதான். அங்கேதான் இந்த விமானத்தில் போய்க்கொண்டிருக்கிறேன்.'

'என்ன? என்ன? கொஸ்டரிக்காவா? அங்கேயா இந்த விமானம் பறந்துகொண்டிருக்கிறது?' பளிச்சென்று

பளிங்குபோல வெள்ளையாக இருந்த அவன் முகம் அழுகிய வாழைப்பழம்போல கறுப்பாக மாறிவிட்டது. 'இது கலிஃபோர்னியாவிலுள்ள சான்ஹஃசேக்கு அல்லவா போகிறது?' சிறிது நேரம் யோசித்துவிட்டு, தன் பாக்கெட்டை துழாவி போர்டிங் அட்டையை உருவிச் சோதித்தான். பின்னர் சட்டென்று மௌனமாகி ஸ்டார்பக்ஸ் சின்னத்து பெண்போல இரண்டு கைகளையும் மேலே தூக்கி தலையைக் குனிந்து முழங்கால்களைப் பார்த்தான். அவனுக்கு தான் விட்ட பிழை நினைவுக்கு வந்தது.

ரியோவின் தகப்பன் பல வருடங்களாக அமெரிக்க விமானச் சேவையில் பணிபுரிகிறார். அந்தக் காரணத்தினால் அவருக்கும் அவர் குடும்பத்தினருக்கும் இலவச விமானப் பயணச் சலுகை உண்டு. ரியோ இந்தச் சலுகையை அடிக்கடி பயன்படுத்துவான். ஒரேயொரு பிரச்சினைதான். விமானம் புறப்படுவதற்குச் சில மணிநேரம் முன்னே கம்புயூட்டரில் சென்று எந்த எந்த விமானம் எங்கேயிருந்து எங்கே போகிறது. ஏதாவது இடம் காலியாக இருக்கிறதா என்று பார்த்து தன் இருக்கையைப் பதிவு செய்யவேண்டும். அப்படி பல நகரங்களுக்குப் பயணித்திருக்கிறான். திரும்பும்போதும் காலியான விமானம் ஒன்றைப் பிடித்துத் திரும்பிவிடுவான். இது அவனுக்கு ஒரு விளையாட்டு மாதிரித்தான். இம்முறை ஒரு தவறு நடந்துவிட்டது. அவன் பதிவு செய்யும்போது கொஸ்டரிக்காவில் உள்ள சான்யுவானுக்குப் போகும் விமானத்தில் பதிவு செய்துவிட்டான். ஓர் எழுத்துதான் வித்தியாசம். அவசரத்தில் அவன் தன் போர்டிங் அட்டையைக்கூட சரியாகக் கவனிக்கவில்லை.

விருந்தினர் அவன் சொன்னது முழுவதையும் பரிவுடன் கேட்டார். பின்னர் 'என்ன தயக்கம்? அடுத்த பிளேன் பிடித்துத் திரும்ப வேண்டியியதுதானே?' என்றார். 'ஆமாம், அப்படித்தான் செய்ய வேண்டும். என் நண்பர் அங்கே சான்ஹஃசே விமான நிலையத்தில் எனக்காகக் காத்து நிற்பார். விமானம் தரை இறங்கியதும் அவருக்கு ஒரு குறுஞ்செய்தி அனுப்பிவிடுவேன். பெரிய நட்டம் ஒன்றுமில்லை.' ஒருவாறு இளைஞன் தன்னையே தேற்றிக்கொண்டான்.

'அது சரி. நீங்கள் என்ன செய்கிறீர்கள்? மாணவரா அல்லது எங்காவது வேலை பார்க்கிறீர்களா?'

'இரண்டும்தான். நான் நாலு வருடமாக ஸ்டார்பக்சில் வேலை செய்கிறேன். இப்பொழுது எனக்கு பாரிஸ்டாவாகப் பதவி உயர்வு கொடுத்திருக்கிறார்கள். ஸ்டார்பக்சில் பச்சை நிற கவுண் போட்ட ஊழியர்கள் சாதாரணர். நான் மேற்பார்வையாளர், கறுப்பு மேலுடை அணிந்திருப்பேன்' என்றான். 'மாணவன் என்று சொன்னீர்களே?' 'அதுவும் உண்மைதான். ஸ்டார்பக்ஸ் நிறுவனம் மேல்படிப்பு படிக்க விருப்பமானவர்களை ஊக்குவிக்கிறது. அரிசோனா பல்கலைக்கழகத்தில் கற்பதற்கு எனக்கு வசதி செய்து தந்திருக்கிறார் ஸ்டார்பக்ஸ் தலைவர். அவர் எங்களுக்கு கடவுள்மாதிரி. நான் அவரைச் சந்தித்தது கிடையாது' என்றான் ஏக்கத்துடன்.

'ஸ்டார்பக்ஸ் என்ற பெயரை உங்கள் நிறுவனம் எப்படித் தேர்வு செய்தது? உங்களுக்குத் தெரியுமா?' இளைஞன் சொன்னான் 'அது ஒன்றும் ரகசியம் இல்லை. மோபி டிக் நாவலில் வரும் ஒரு மாலுமியின் பெயர்.' 'ஓ, அது எனக்குத் தெரியும். எப்படி அந்தப் பெயரை மட்டும் தேர்வு செய்தார்கள். கப்பல் தலைவனின் பெயரைத் தேர்வு செய்யவில்லையே?' ரியோ சொன்னான், 'சமீபத்தில்தான் இணையத்தில் படித்தேன். St என்று தொடங்கும் எந்தப் பெயரும் அழகாக இருப்பதுடன் அந்தச் சத்தமே ஒரு வலிமையின் குறியீடாக இருக்கும். இதை ஆரம்பித்தவர்கள் முதல் இரண்டு எழுத்துகளைத் தீர்மானித்த பின்னர் பெயர்களைத் தேடி எடுத்தார்களாம்.'

'அப்படியா! இது நல்ல தகவல். இந்த நிறுவனத்தைத் தொடங்கியவர்கள் எத்தனை ஆழ்ந்து சிந்தித்திருக்கிறார்கள்! அது சரி, தலைவரைச் சந்திக்க முடியாது என்று சொன்னீர்களே. சந்தித்தால் என்ன செய்வீர்கள்?' 'செய்வீர்களா? என் மீதி ஆயுளை வாழ்வதில் அர்த்தமில்லை. வாழ்நாள் பயனை அடைந்துவிடுவேன்.' 'உங்களுக்குத் தலைவரைச் சந்திக்க விருப்பமா?' 'உண்மையாகவா?' 'உண்மையாகத்தான். விமான நிலையத்திலிருந்து நேராக விழாவுக்குத்தான் போகிறேன். எனக்கு

கார் அனுப்பியிருப்பார்கள். நீங்களும் என்னுடன் வரலாம். சந்திப்பு முடிந்த பின்னர் இன்று இரவே நீங்கள் விமானம் பிடித்துத் திரும்பிவிடலாம்.' 'கனவுபோல இருக்கிறதே. என்னிடம் நல்ல மாற்று உடுப்புக்கூடக் கிடையாதே.' 'அதனாலென்ன? என்னிடம் கூடத்தான் மாற்று உடுப்பு இல்லை. உங்கள் உடை நல்லாகத்தானே இருக்கிறது. உங்களுக்கு ஆச்சரியம் தருவதுபோல உங்கள் தலைவருக்கும் ஓர் ஆச்சரியம் கிட்டலாம் அல்லவா?'

ரியோ விருந்தினரைப் பார்த்துச் சொன்னான். 'என்னுடைய அம்மா நான் சிறுவயதாக இருந்தபோது சொன்னது ஞாபகத்துக்கு வருகிறது. சிலவேளை தவறான ரயில் பிடித்து சரியான இடத்துக்குப் போய்ச் சேரலாம். பாருங்கள், தவறான பிளேன் பிடித்து இங்கே வந்தேன். என் வாழ்நாளில் மறக்க முடியாத சம்பவம் நடக்க இருக்கிறது. எல்லாமே எப்பொழுதோ எழுதப்பட்டுவிட்டது, இல்லையா?' என்றான். அவன் முகம் முழுக்கப் பரவசமாக மாற்றம் கொண்டிருந்தது.

விருந்தினருக்கு ஒரு நீண்ட கறுப்பு நிற பளபளக்கும் கார் விமான நிலையத்தில் காத்திருந்தது. அவருடன் ரியோவும் விழாவுக்குப் போனான். ஸ்டார்பக்ஸ் தலைவர் பெருந்தன்மையாக 'அவன் யார், ஏன் வந்திருக்கிறான்' போன்ற கேள்விகள் ஒன்றையும் எழுப்பவில்லை. விழா சிறப்பாக நடந்தது. வந்திருந்தவர்கள் அத்தனை பேரும் வெவ்வேறு நாடுகளின் பொறுப்பாளர்கள். விழா முடிவுக்கு வரும் சமயத்தில் இளைஞனை அறிமுகம் செய்ததோடு அவனைப் பற்றிய பற்றிய விவரங்களையும் விருந்தினர் தலைவருக்குச் சொன்னார். அவர் வியப்பு மேலிட அவனைப் பார்த்தார். ரியோவின் தலைக்குள் இருதயம் அடிக்கத் தொடங்கிவிட்டது. தலைவர் 'மகிழ்ச்சி, மகிழ்ச்சி' என்று இரண்டு தரம் சொல்லி அவன் பக்கம் தன் கையை நீட்டினார். பட்டுப்போல காற்றிலே அசையும் மெல்லிய துணியிலே தைத்த மடிப்புக் கலையாத ஆடையில் அவர் கம்பீரமாகக் காட்சியளித்தார். ரியோ அவசரமாக வலது கையில் இருந்த காப்பிக் கோப்பையை இடது கைக்கு மாற்றிவிட்டு

கையை நீட்டினான். எத்தனை முயன்றும் முகத்தில் இருந்த பதற்றத்தை அவனால் அகற்ற முடியவில்லை. கை நடுங்கியது. ஒரு துளி கோப்பி அவருடைய வெள்ளை உடுப்பில் தெறித்து கறுப்பு வட்டமாக மாறியது.

ரியோ நடுங்கிவிட்டான். 'ஓ மன்னியுங்கள், மன்னியுங்கள்' என்று கத்தினான். 'இதில் என்ன? பல தடவை நடந்திருக்கிறது. உலகத்துக்கு கோப்பியை உற்பத்தி செய்வதிலும் பார்க்க அதை உடையில் கொட்டுவதில்தானே என் சாமர்த்தியத்தை இதுவரை காட்டி வந்திருக்கிறேன்' என்றார் கடவுள்.

ஒட்டை விழுந்த வெண்ணெய்க் கட்டி

இம்முறையும் பொஸ்டன் போனபோது வழக்கமான புத்தகக் கடைக்குள் நுழைந்தேன். பொஸ்டனில்தான் பிரபலமான *Barnes and Noble* புத்தகக் கடை உள்ளது. ரொறொன்ரோவில் பார்க்கமுடியாத புத்தகங்களையெல்லாம் அங்கே காணலாம். பின்னட்டைகளைப் படித்தபடியே ஒரு மணி நேரத்தை ஓட்டிவிடலாம். நான் நாலு புத்தகங்கள் வாங்கினேன். என்னுடைய தெரிவு புத்தகங்களின் பின்னட்டைகளை வாசித்தும், பத்திரிகை மதிப்பீடுகளைப் படித்தும் நண்பர்களின் பரிந்துரைகளைக் கணக்கிலெடுத்தும் முடிவு செய்யப்பட்டது.

வீட்டுக்கு வந்து புத்தகங்களைப் படிக்கத் தொடங்கினேன். முதல் மூன்று புத்தகங்களும் முப்பது பக்கங்களைத் தாண்டவில்லை. முப்பது பக்கங்கள் என்பது கூட்டுத் தொகை. எவ்வளவு முயன்றும் உள்ளே நுழைய முடியவில்லை. முன்னர் என்றால் காசு கொடுத்து வாங்கிவிட்டோமே என்று கல்வயலை உழுவதுபோல இடறி விழுந்து எழுந்து விழுந்து ஒருவாறு முடித்துவிட்டுத்தான் மறு வேலை பார்ப்பேன். இப்பொழுதெல்லாம் அப்படிச் செய்வதில்லை. நேரம் முக்கியமானது. புத்தகம் என்பது அறிவைக் கூட்டவேண்டும் அல்லது வாசிப்பு இன்பத்தைக் கூட்டவேண்டும் அல்லது சொல்வங்கியைக் கூட்டவேண்டும்.

விருப்பமில்லாத, ஈர்ப்பில்லாத ஒரு புத்தகத்தை எதற்காக இந்தப் பாடுபட்டு படித்து முடிக்கவேண்டும். என் மனைவி கேட்பதுபோல ஏதாவது பரீட்சை எழுதப் போகிறேனா? எனவே நிறுத்திவிட்டு இன்னொரு புத்தகத்தைத் தொடங்க வேண்டியதுதான்.

நாலாவது புத்தகத்தை வாசிக்கத் தொடங்கினேன். அது என்னைக் கைவிடவில்லை. நூலை நாவல் என்று சொன்னாலும் அது 13 தனித்தனி சிறுகதைகளைக் கொண்டது. அந்தப் பதின்மூன்று சிறுகதைகளும் ஒன்றையொன்று தொட்டும், பொருந்தியும் நிரப்பியும் ஒரு நாவல் வடிவத்தைக் கொடுத்தன. இதற்கு முன்னரும் ஆங்கிலத்தில் இப்படிச் சின்னச் சின்ன முயற்சிகள் நடந்திருக்கின்றன. ஆனால் இந்த நூல் இரண்டு இலக்குகளையும் எட்டியதுடன் முன்பு ஒருவரும் எட்டாத உயரத்தையும் அடைந்திருந்தது.

நான் நாவல் முடியும்வரை புத்தகத்தைக் கீழே வைக்கவில்லை. ஆங்கிலப் புனைவு உலகத்தில் நிறைய பேசப்படும் 'கட்டுமானம் கட்டுமானம் கட்டுமானம்' என்ன என்பதைக் கண்டேன். விறகுக் கடையில் விறகு நிறுத்து விற்பார்கள். மரக்கறிக் கடையில் மரக்கறி நிறுத்து விற்பார்கள். தங்கம் விற்கும் கடையில் தங்கம் நிறுத்து விற்பார்கள். ஆனால் தங்கம் விற்கும் தராசு மிகவும் நுண்ணியதாக இருக்கும். அப்படியான ஒரு தராசில் நாவலின் ஒவ்வொரு வசனமும் நிறுக்கப்பட்டிருந்தது. ஒவ்வொரு சிறுகதையும் பூரணமான வடிவத்துடன் தனியாக நின்றது. அவை ஒன்றாகச் சேர்ந்தபோது இன்னொரு வடிவத்தைக் கொடுத்தன. கண்ணுக்குத் தெரியாத மெல்லிய இழை அங்கே ஓடியது. ஒவ்வொரு சிறுகதையும் முடிவுக்கு வரும்போது கயிற்றுப்பாலத்தில் ஆற்றைக் கடப்பதுபோல மனம் முடிவெடுக்கமுடியாமல் தள்ளாடும். கண்களை மூடிக்கொண்டு கதையின் முடிவை கற்பனையில் பூர்த்திசெய்து பார்ப்பேன். பின்னர் ஆசிரியரின் முடிவை வாசிப்பேன். ஒவ்வொரு தடவையும் ஆசிரியரின் முடிவு என் கற்பனையைத் தாண்டி இன்னும் ஓர் அடி முன்னால் போயிருக்கும். யாரோ தள்ளிவிட்டதுபோல உணர்வேன்.

ஆங்கிலத்தில் இந்த வகையை *Novel in stories* (சிறுகதைகளில் நாவல்) என்று சொல்கிறார்கள். *Elizabeth Strout* எழுதிய *Olive Kitteridge* என்ற நாவலுக்கு 2009ம் ஆண்டு புனைவு இலக்கியப் பிரிவில் புலிட்சர் பரிசு கிடைத்திருக்கிறது. இது அமெரிக்காவில் வருடா வருடம் கொடுக்கும் ஆகச் சிறந்த பரிசு. இங்கிலாந்தின் புக்கர் பரிசுக்கும் கனடாவின் கில்லர் பரிசுக்கும் நிகரானது. இந்தப் பரிசைத்தான் ஜ~ம்பா லாஹிரிக்கும் 2000ம் ஆண்டு புனைவு இலக்கியத்துக்குக் கொடுத்திருந்தார்கள்.

என்னுடைய நாவலான 'உண்மைகலந்த நாட்குறிப்புகள்' உயிர்மை வெளியீடாக வெளிவந்த அதே காலப் பகுதியில்தான் ஒலிவ் கிற்றரிட்ஜ் நாவலும் வெளிவந்தது. என்னுடைய நாவல் 46 தனித்தனி சிறுகதைகளைக் கொண்டது. அவருடையது 13 சிறுகதைகளைக் கொண்டது. சமீபத்தில் என்னுடைய புத்தகம் நாவலா சிறுகதைத் தொகுப்பா என்ற விவாதம் நடந்தது. நாவல் இலக்கியம் என்பதே தமிழுக்குப் புதிது. ஆங்கிலேயரிடம் இருந்து நாம் அந்த வடிவத்தைப் பெற்றுக்கொண்டோம். ஆங்கிலத்தில் ரொபின்ஸன் குருசோதான் முதல் முழுமையான நாவல் என்று ஆங்கில இலக்கியம் தெரிந்தவர்கள் சொல்வார்கள். அந்த வடிவம் இன்றுவரை எத்தனையோ மாற்றம் பெற்றுவிட்டது. இப்பொழுது *Novel in stories* வடிவம் வந்து அங்கீகாரமும் பெற்றுவிட்டது. இன்னும் பல புதிய வடிவங்களுக்கும் நாங்கள் தயாராக வேண்டும். என்னுடைய நாவலும் ஒலிவ் கிற்றரிட்ஜ் நாவலும் கிட்டத்தட்ட ஒரே சமயத்தில் வெளிவந்திருந்ததால் அந்த நாவலைப் பார்த்துத்தான் என்னுடைய நாவலை எழுதினேன் என்ற குற்றச்சாட்டில் இருந்து நான் தப்பிக்கொண்டேன்.

இந்தக் கட்டுரை எழுதக் காரணம் நேற்று எனக்கு வந்த ஒரு மின்கடிதம். இதற்கு முன்னர் என்னைத் தொடர்பு கொண்டிராத சித்திரலேகா என்ற வாசகி எழுதியிருந்தார். உங்களைப்பற்றி கிரிதரன் என்ற எழுத்தாளர் எழுதியதைப் படித்தீர்களா என்று கேட்டு அந்தக் கொழுவியையும் அனுப்பியிருந்தார். வழக்கமாக ஓர் ஆசிரியரை வர்ணிக்கும்போது இவர் கல்கியைப்போல எழுதுகிறார், ஹெமிங்வேயைப்போல எழுதுகிறார் என்றுதான்

சொல்வார்கள். கிரிதரன் என்னுடைய எழுத்தை ஒரு போலிஷ் எழுத்தாளருடைய எழுத்துடன் ஒப்பிட்டிருந்தார். அவருடைய பெயர் Ryszard Kapuscinski ஆனால் நான் அவரைப்பற்றிக் கேள்விப்பட்டது கிடையாது. இதில் எனக்குப் பிடித்து என்னவென்றால் அந்தப் போலிஷ் எழுத்தாளர் என்னைப்போல எழுதுகிறார் என்று சொல்லியிருந்ததுதான். அவரைப்போல நான் எழுதுகிறேன் என்று சொல்லவில்லை. இதைவிட வேறு என்ன புகழ்ச்சி வேண்டும்? எனக்கு ஏதோ பெரிய விருது கிடைத்ததுபோல இருந்தது.

நான் புத்தகக் கடையில் வரிசையில் நின்றபோது எனக்கு முன்னால் ஒருவர் நின்றிருந்தார். தோட்டத்து சப்பாத்தும் தோட்டத்து கையுறையும் தோட்டத்து தொப்பியும் அணிந்தபடி தோட்டத்திலிருந்து நேராக வந்தவர்போல காணப்பட்டார். அவருடைய கையிலும் ஒலிவ் கீற்றறிட்ஜ் நாவல் இருந்தது. தோட்டக்கலை பற்றிய புத்தகம் என்றால் வியப்படைந்திருக்கமாட்டேன். 'உங்கள் கையிலிருக்கும் புத்தகம் நல்லதுதானா?' என்று கேட்டுவைத்தேன். அவர் 'நான் ஏற்கனவே படித்துவிட்டேன். என் மகளுடைய பிறந்த நாளுக்கு அவருக்குப் பரிசளிக்கப்போகிறேன்' என்றார். 'அப்படியென்றால் உங்களுக்கு நாவல் பிடித்திருக்கிறது' என்றேன். அவர் சொன்ன பதிலை நான் எதிர்பார்க்கவில்லை. 'எல்லாவிதமான காதல் பற்றியும் புத்தகங்கள் வந்துவிட்டன. ஆனால் இரண்டு முதியவரின் காதலை அழகாகச் சொல்லும் புத்தகத்தை நான் படித்ததில்லை. இந்த நாவல் சொல்கிறது. என் மகளுக்கு இந்த அறிவு வேண்டும் என நினைக்கிறேன்' என்றார்.

அவர் அப்படிச் சொன்னபோது எனக்கு ஒன்றும் புரியவில்லை. புத்தகத்தைப் படித்து முடிந்த பின்னர்தான் புரிந்தது. இந்த நாவல் எல்லாவிதமான காதல்களையும் சொன்னது. இளையோரின் காதல், முதியவருக்கும் இளையவருக்குமான காதல், கணவருக்குத் தெரியாமல் மனைவியின் காதல், மனைவிக்குத் தெரியாமல் கணவரின் காதல், கணவருக்கும் மனைவிக்குமான காதல் அத்துடன்

முதியோர் இருவருக்கிடையில் ஏற்படும் காதல். முதியோர் காதலை இவ்வளவு நுட்பமாகவும் உருக்கமாகவும் வேறு ஒருவர் வர்ணித்தது நினைவில் இல்லை. முதிர்ந்த, சுருங்கிய, முடிச்சுகள் விழுந்த உடல்களுக்குக் கூட காதல் அவசியமாக இருக்கிறது. ஓட்டை விழுந்த இரண்டு சுவிஸ் வெண்ணெய்க் கட்டிகள் ஒட்டுவதுபோல வாழ்க்கையின் இழப்புகள் ஏற்படுத்திய ஓட்டைகளுடன் அவர்கள் இணைந்துகொண்டார்கள் என்று நாவலாசிரியர் வர்ணிப்பார். பல வருடங்களுக்கு முன்னர் தொலைத்த பழைய நாணயத்தைக் கண்டெடுத்துபோன்ற ஒரு மகிழ்ச்சி கிடைக்கும்.

கந்தையா வாத்தியார்

மா மரத்தின் கீழ் வாத்தியார் முறுக்கு சாப்பிட்டுக் கொண்டிருந்தார். வீட்டில் சொல்லிச் செய்வித்த ஆறு சுற்று முறுக்கு அது. அவர் அண்ணாந்து கடித்துச் சாப்பிட்டபடியால் அதிலிருந்து தெறித்த துகள்கள் மறுபடியும் அவர் வாய்க்குள் விழுந்தன. வாத்தியார் அதை முடித்துவிட்டு மூக்குப்பொடி போட்டார். முறுக்கு மணத்தைத் தள்ளிவிட்டு மூக்குப்பொடி மணம் சூழ்ந்தது.

வாத்தியார் நாற்காலியில் அமர்ந்திருந்தார். நாங்கள் புற்தரையில் கைகளைக் கட்டி உட்கார்ந்திருந்தோம். கையை உதறிவிட்டு பாடத்தை ஆரம்பித்தார். அவருடைய பெயர் கந்தையா. நாங்கள் அதைச் சுருக்கி 'காணக் கண்கூசுதே, கந்தையா நாறுதே' என்று ரகஸ்யப் பெயர் சூட்டியிருந்தோம். எங்கள் வகுப்பு கவிராயன் நல்ல கவிதையை மாற்றி அப்படி சுவரிலே எழுதிவிட்டான். வாத்தியார் நல்ல மனுசர். ரத்தம் வர அடிக்கமாட்டார்.

அன்றைய பாடத்தை அவர் ஆரம்பித்தார். மரத்தின் மேலேயிருந்த எருமை மேய்க்கும் பையனிடம் ஒளவையார் சுட்ட பழம் கேட்ட கதைதான். அவன் கனிந்த பழத்தை

மணலில் எறிந்தான். ஒளவையார் அதை எடுத்து ஊதி ஊதிச் சாப்பிட்டார். 'பாட்டி, பழம் சுடுகிறதா?' ஒளவையார் திடுக்கிட்டார். அவமானமாகிவிட்டது. அப்பொழுது அவர் பாடியது என்று வாத்தியார் பாடலைச் சொன்னார்.

கருங்காலிக் கட்டைக்கு நாணாக் கோடாலி
இருங்கதலித் தண்டுக்கு நாணும் பெருங்கானில்
காரெருமை மேய்க்கின்ற காளைக்கு நான் தோற்றது
ஈரிரவு துஞ்சாது என்கண்.

எங்கள் எல்லோருக்கும் வயது எட்டு, ஒன்பதுதான் இருக்கும். வாத்தியார் 'பொருள் தெரியுமோ' என்றார். முன்வரிசையில் உட்கார்ந்திருந்த வாகேஸ்வரி பட்டென்று கையைத் தூக்கினாள். இரண்டு சடைபோட்டு இறுதியில் இரண்டையும் ஒன்றாக்கி சிவப்பு ரிப்பன் கட்டியிருந்தாள். ஸ்டைல் ஒன்றும் இல்லை. அவளிடம் இருந்து ஒரு ரிப்பன்தான். அவள் கையைத் தூக்கிவிட்டுத்தான் பதிலை யோசிப்பாள். வாத்தியார் விளக்கினார். 'கருங்காலி மரத்தை வெட்டும் கோடாலி வெறும் வாழைத்தண்டை வெட்ட முடியாமல் தோற்கும். படிப்பறிவில்லாத எருமை மேய்க்கும் பையனிடம் நான் தோற்றுவிட்டேன். அவமானம். இரண்டுநாள் எனக்குத் தூக்கம் வராது.' எனக்கு பாடல் பிடித்தது. ஒரு புலவர் தோல்வியை ஒப்புக்கொண்டு பாடுவது எத்தனை அரிதானது. என் வாழ்நாள் முழுக்க அந்தப் பாடல் என்னைத் தொடர்ந்தது. எல்லாம் தெரியும் என்ற அகந்தை கூடாது. ஒருவருக்குத் தெரியாத ஒன்று இன்னொருவருக்குத் தெரியும். அதுதான் உலக மகா அற்புதம்.

நான் பெரியவன் ஆனதும் இன்னொரு கதை படித்தேன். இலியட், ஒடிசி போன்ற கிரேக்க காவியங்களைப் படைத்த ஹோமர் போன வழியில் ஒரு சிறுவனைச் சந்தித்தார். அவன் ஒரு விடுகதை போட்டான். 'நீ பிடித்தால் கொல்வாய்; பிடிக்காவிட்டால் எடுத்துப் போவாய்.' எவ்வளவு யோசித்தும் ஹோமருக்கு விடை தெரியவில்லை. பையன் சொன்னான், 'பேன்' என்று. ஹோமரால் அவமானம் தாங்கமுடியவில்லை.

தற்கொலை செய்துகொண்டார் என்று கதையுண்டு.

இத்தாலிய எழுத்தாளர் இட்டாலோ கால்வினோ *Good for Nothing* என்ற அருமையான சிறுகதை எழுதியிருக்கிறார். ஒருவனுக்கு சப்பாத்து கயிறு கட்டத் தெரியாது. எத்தனை முறை கட்டினாலும் அது அவிழ்ந்து போனது. அவனைச் சந்திக்கும் ஒரு மனிதன் சொல்வான். 'கவலையை விடு. எல்லோருக்கும் எல்லாம் தெரியும் என்றில்லை. ஒருவனுக்கு தச்சுவேலை தெரியும். ஒருவனுக்கு விதை விதைக்கத் தெரியும். இன்னொருவனுக்கு வாசிக்கத் தெரியும். சமுதாயம் செயல்படுவது ஒருவர் கையை ஒருவர் பிடித்து முன்னேறுவதால்தான்.'

ஒரு பழம் பாடல் உள்ளது. தூக்கணாங் குருவிக்குக் கூடு கட்டத்தெரியும். மனிதனால் அது முடியாது. கறையான் புற்று எடுக்கும். எந்தப் பெரிய எஞ்சினியருக்கும் அது சாத்தியமில்லை. சிலந்தி வலை பின்னும். தேர்ந்த விஞ்ஞானிகூட அதை நகல் செய்ய ஏலாது. ஒவ்வொருவரிடமும் ஒவ்வொரு வலிமை இருக்கும். பாடல் இப்படி முடியும். 'எல்லார்க்கும் ஒவ்வொன் றெளிது.'

தோமஸ் அல்வா எடிசன் ஆயிரத்துக்கு மேற்பட்ட காப்புரிமைகளுக்குச் சொந்தக்காரர். மின்சார பல்ப்பை கண்டுபிடித்தவர். அவர்தான் முதன்முதலாக நியுயோர்க் நகரத்து வீடுகளுக்கு மின்சாரம் வழங்கினார். அவர் டிசி மின்சாரம் விநியோகித்ததால் அவரால் மின்சார திட்டத்தை விரிவாக்க முடியவில்லை. ஏசி மின்சாரம் வழங்கும் கம்பனி இவரை முந்திக்கொண்டு போனது. 'நான் மின்சாரத்தை மிகக் குறைந்த விலையில் ஏழைகளுக்குக் கொடுப்பேன். பணக்காரர்களுக்கு மட்டுமே மெழுகுவர்த்தி கட்டுப்படியாகும்' இப்படிச் சொன்ன பெரிய அறிவாளியான எடிசன் ஏசி மின்சாரத்தை எதிர்த்தார். இறுதியில் எடிசன் ஆரம்பித்த கம்பனியே அவரை வெளியே தள்ளியது. எல்லாமே தெரியும் என்ற இறுமாப்பு அவர் அறிவை மறைத்துவிட்டது.

கணிதமேதை ராமானுஜனால் இந்தியாவில் பி.ஏ பரீட்சை பாஸ்பண்ண முடியவில்லை. அத்வைத வேதாந்த நெறியை

போதித்த ரமண மகரிஷி 17 வயதில் *Wren and Martin* இலக்கணப் புத்தகம் புரியாமல் வீசி எறிந்துவிட்டு திருவண்ணாமலை ஏகினார். 500 மில்லியன் ஆண்டுகள் முன்தோன்றிய கரப்பான் பூச்சி, தலையைக் கொய்தபிறகும் சிலநாள் உயிர்வாழும். தேனீக்களை ஒழித்தால் மனித இனம் நாலு வருடங்களில் அழிந்துபோகும். உலகத்து சிலந்திகள் முடிவெடுத்தால் ஒருவருடத்தில் அவை மனித இனத்தைத் தின்று தீர்த்துவிடும்.

ஒவ்வொரு புதுத்தகவலின் போதும் நான் இன்றும் கந்தையா வாத்தியாரை நினைக்கிறேன். ஆதியிலிருந்து வல்லமைகள் பகிர்ந்து அளிக்கப்பட்டிருக்கின்றன. 'நீ பெரிது, நான் பெரிது' என்றில்லை. ஒவ்வொருவர்க்கும் ஒவ்வொன்று எளிது.

பதற்றம்

எனக்கு வரும் பதற்றம் நானாக உருவாக்குவதில்லை. பக்கத்தில் இருப்பவர் அதை உருவாக்குவார். நேபாளத்திலிருந்து நண்பர் வந்து ரொறொன்ரோவில் இறங்கியதும் அது ஆரம்பித்தது. இவருடைய வேலை தேசம் தேசமாகச் சுற்றிக்கொண்டிருப்பது. உலகத்து நாடுகளில் 72 நாடுகளுக்குப் பயணித்திருக்கிறார். கனடாவுக்குப் பல தடவை வந்து போயிருக்கிறார். கையில் எதை எடுத்தாலும் அதை முதல் காரியமாகத் தொலைத்துவிட்டுத்தான் மறுவேலை பார்ப்பார். அவர் வந்து இறங்கி சில நிமிடங்கள் கூட ஆகாதபோது 'என்னுடைய செல்பேசியைக் கண்டீர்களா?' என்று கேட்பார்.

அவர் உட்கார்ந்ததும் தன்னைச் சுற்றிப் பொருட்களைப் பரவி விட்டுக்கொள்வார். அவருடைய மேல்கோட்டைக் கழற்றி கதிரையின் பின்பக்கத்தில் கொழுவுவார். கால்சட்டைப் பைகளில் இருந்து செல்பேசி, பணப்பை, சாவிக்கொத்து முதலியவற்றை வெளியே எடுத்து தனித்தனியாக வைப்பார். மடிக்கணினியைச் சுவரில் இருக்கும் ஏதோ ஒரு மின்னிணைப்பில் சொருகுவார். மூக்குக்கண்ணாடியும் பேனாவும் தேவைக்கு தக்கமாதிரி அவ்வப்போது அவர் உடம்பிலும் சமயங்களில் மேசையிலும்

தங்கும். வந்து இறங்கிய சில நிமிடங்களில் என்னுடைய முழு வீடும் அவருக்குச் சொந்தமாகிப் போகும். ஒரு வேலை செய்து பாதியில் இன்னொரு வேலையை ஆரம்பிப்பார். செல்பேசியில் வந்த ஒரு தகவலை சட்டைப் பையில் குத்தியிருந்த பேனாவால் குறிப்பெடுப்பதற்கு மூக்குக் கண்ணாடியை அணிவார். பின்னர் மடிக்கணினியில் எதையோ அவசரமாகப் பார்ப்பார். சாவியை எடுத்து சூட்கேசைத் திறந்து அவர் கலந்துகொள்ளப போகும் மாநாட்டின் நிகழ்ச்சிநிரலை ஆராய்வார். பின்னர் மூக்குக் கண்ணாடியையும் சாவிக்கொத்தையும் தேடுவார்.

இவர் என் வீட்டில் காலடி வைத்த மறு கணத்திலிருந்தே நான் அவர் சேவகனாக மாறிவிடுவேன். ஓர் இடத்திலிருந்து வேலை செய்யும் பழக்கம் அவரிடம் கிடையாது. சாப்பாட்டு மேசையில் வைத்து குறிப்புகள் எடுப்பார். அவருடைய சூட்கேஸ் படுக்கை அறையில் இருக்கும். செல்பேசியில் பேசும்போது நடந்து நடந்து ஓய்வெடுக்கும் அறைக்குள் போய்விடுவார். என்னுடைய வேலை அவருடைய பொருள்களைக் காபந்து பண்ணுவதுதான். அது தெரிந்தோ என்னவோ அவர் அவற்றைப்பற்றிக் கவலைப்படாமல் மிக அமைதியாகத் தன் வேலைகளைக் கவனிப்பார்.

நண்பர் மொன்றியலில் நடக்கும் உலக பொறியியலாளர் மாநாட்டுக்கு வந்திருந்தார். ரொறொன்ரோவிலிருந்து மொன்றியல் 500 கி.மீட்டர் தூரம். அவர் வாடகை கார்பிடித்து அங்கே போய் இரண்டு நாள் தங்கி மாநாட்டில் கலந்துவிட்டுத் திரும்ப வரப்போகிறார். 'நீங்களும் வருகிறீர்களா?' என்று கேட்டார். நான் என்ன சொல்லியிருக்கவேண்டும். மாட்டேன். அப்படிச் சொல்லவில்லை.

ஊழ்வினை உறுத்து வந்தூட்டும் அல்லவா? நானும் புறப்பட்டேன். மறக்கமுடியாத இரண்டு நாட்களாக அது அமைந்தது அப்படித்தான். நண்பரின் வேலையாளாக, காரியதரிசியாக, உதவியாளராக, எடுபிடியாக நான் செயல்பட்டேன். அந்த வேலையில்கூட எனக்கு வெற்றி கிடைக்காமல் அவர் பார்த்துக்கொண்டார்.

மொன்றியலுக்குப் போகும் வழியில் நண்பர் காலைச் சாப்பாடு என்றார். ஒரு மணிநேரம் முன்புதான் அப்படி ஒன்றைச் சாப்பிட்டிருந்தோம். காரை நிறுத்தி உணவகம் ஒன்றில் மீண்டும் சாப்பிட்டுவிட்டு நெடுஞ்சாலையில் பயணித்தோம். 60 கி.மீட்டர் கடந்த பின்னர்தான் கடன் அட்டையை உணவகத்தில் விட்டுவிட்டது அவருக்குத் தெரிந்தது. வந்தவழியே திரும்பவும் 60 கி.மீட்டர் பயணித்து கடன் அட்டையை மீட்கவேண்டியிருந்தது. ஹொட்டல் அறையில் தங்கியிருந்த ஒவ்வொரு பத்து நிமிடமும் நான் பதற்றத்தின் உச்சியில் இருந்தேன். ஹொட்டல் அறைக் கதவை திறக்கும் மின் அட்டையை அடிக்கடி மறந்துவிடுவார். ஹொட்டல் மனேஜர் வந்து திறந்துவிடுவார். இவருக்கு நினைவூட்டுவதும், இவர் தொலைப்பதை எடுத்துக்கொடுப்பதும், இருப்பதைத் தொலைக்காமல் பாதுக்காப்பதுமே என் முழுநேர வேலையாக மாறியது. மூக்குக்கண்ணாடியைக் கைமாறி வைப்பது இவருடைய பொழுதுபோக்கு. மூக்குக்கண்ணாடி மூக்கிலேயே இருக்கவேண்டியதுதானே. என்ன பிரச்சினை? அடிக்கடி கழற்றி வைப்பார். பின்னர் தேடுவார். நான் நினைவூட்டும்போது அவர் சொல்லும் வாசகம் 'நான் 72 நாடுகளுக்குப் பயணம் செய்திருக்கிறேன்' என்பது.

இவர் ஏதாவது பொருளை உங்களிடம் கடன் கேட்டால் அதை ஒருமுறை கடைசித் தடவையாகக் கண்டு களித்துவிட்டு நீங்கள் கொடுத்தால் நல்லது. அது திரும்பி வரப்போவதில்லை. அதை பாவித்துவிட்டு அதே இடத்தில் விட்டுவிட்டு நகர்ந்துவிடுவார். நீங்கள்தான் தேடி எடுக்கவேண்டும். மொன்றியலில் இருந்த நாட்களில் இவர் காரிலிருந்து இறங்கியதும் கார் சாவியைப் பறித்து நான் வைத்துக்கொள்வேன். ஆரம்பத்தில் சாவியைத் தொலைப்பதும் தேடுவதுமாகவே இருந்தார். சாவியைக் கேட்டதும் எடுத்துக் கொடுப்பேன். பின்னர் பார்த்தால் அவரைச் சுற்றியிருக்கும் என்ன பொருள் தேவையென்றாலும் என்னைக் கேட்க ஆரம்பித்தார். ஆகவே இவருக்குப் பக்கத்தில் வீணே என் வயதை அதிகரித்தபடி எந்த நேரமும் நான் நிற்கவேண்டி நேர்ந்தது. மாநாட்டில் பேச அழைத்ததும் மேடையில் நின்றபடி இரவு முழுக்கத் தயாரித்த குறிப்புகளை

சட்டைப் பையிலும், கால் சட்டையிலும், கோட்டுப் பைகளிலும் தேடினார். கிடைக்கவில்லை. ஆனால் அன்றைய அவருடைய பேச்சு தடங்கல் இல்லாமல் ஒரு சிறந்த பேச்சுக்கு உதாரணமாக அமைந்தது.

மாநாடு ஒருவாரமாக முடிந்து ரொறொன்ரோ வந்த பின்னர்தான் அவருடைய செல்பேசி *charger* ஐ ஹொட்டலில் விட்டுவிட்டு வந்தது தெரிந்தது. ஒரு நாள் முழுக்க ரொறொன்ரோ கடைகளில் அலைந்து இன்னொன்று வாங்கவேண்டியிருந்தது. நண்பர் தன்னைச் செயல் திறன் மிக்கவராக நினைக்கிறார். இவருடைய நேரத்தில் பாதி நேரம் தொலைத்தவற்றை மீட்பதில் செலவாகுகிறது. ஆனால் அவர் அப்படி நினைக்கவில்லை. ஒரே சமயத்தில் தன்னால் பல காரியங்களை ஆற்றமுடியும் என்கிறார். பல பொருட்களை ஒரே நேரத்தில் தொலைப்பதைச் சொல்கிறாரோ தெரியாது. இவர் எப்படி தன்னுடைய கடவுச்சீட்டுகளையும், விமான டிக்கட்டுகளையும் செல்பேசியையும் மடிக்கணினியையும் தொலைக்காமல் வெற்றிகரமாகப் பயணம் செய்து திரும்புகிறார் என்பது என்னால் எப்பவுமே அவிழ்க்கமுடியாத புதிர்தான்.

இவர் மாத்திரமல்ல. நிறைய பயணம் செய்யும் மற்றவர்களிடமும் இதே குணம் இருப்பதை நான் அவதானித்திருக்கிறேன். எல்லாவற்றையும் தொலைப்பார்கள் ஆனால் எப்படியோ உலகத்தைச் சுற்றி வருவார்கள். அதிக எச்சரிக்கை அறிவு உள்ளவர் பயணம் செய்வதே கிடையாது. எனக்கு ஜெகன் என்று ஒரு நண்பர் இருக்கிறார். இவர் தண்ணீரில் கடந்த தூரம் நிலத்தில் கடந்த தூரத்திலும் பார்க்க அதிகம். மறதி மன்னர். உலகத்தின் பல பாகங்களுக்கும் சென்று தன்னுடைய கம்பனி விற்பனையை அதிகரிப்பது இவர் தொழில். ஒரு முறை சான்பிரான்சிஸ்கோவில் வாடகை காரை எடுத்து நீண்ட தூரம் பயணம் சென்றபோது காரிலே பெற்றோல் தீர்ந்ததால் எதிரில் வந்த நிலையத்தில் பெற்றோல் போட்டுக்கொண்டு காரை ஓட்டினார். ஆனால் பத்து மைல் தூரம் போவதற்குள் அவரை இரண்டு பொலீஸ் கார்கள் துரத்தின. இவர் காரை

நிறுத்தினார். பார்த்தால் பெற்றோல் போட்ட இடத்தில் காசைக் கட்டிவிட்டு காரை எடுத்திருக்கிறார் ஆனால் பெற்றோல் போட்ட ட்யூபை அகற்ற மறந்துவிட்டார். பத்து மைல்தூரம் அதை அறுத்து ரோட்டில் இழுத்துக்கொண்டு காரை ஓட்டிய கதையை அவர்தான் சொன்னார்.

ஜெகனுடைய தந்திரம் எந்த நெருக்கடியான சந்தர்ப்பத்திலும் சமநிலை இழக்காமல், அமைதியாக இருப்பது. விமான நிலையத்தில் ஒரு மணிக்கு நிற்கவேண்டுமென்றால் இவர் மிகத் தாமதமாக ஆசுவாசமாக வெளிக்கிடுவார். அவரைச் சுற்றியிருப்பவர்கள் அந்தரப்படுவார்கள். பதகளிப்பார்கள். விமானம் தவறிவிடுமோ என்று தவிப்பார்கள். ஜெகன் அசையவே மாட்டார். அவர் செய்யும் காரியம் எல்லாம் பக்கத்திலிருப்பவரைப் பதற்றமடைய திட்டமிட்டுச் செய்வதுபோலவே இருக்கும். ஒரு சப்பாத்துக் கயிற்றைக் கட்டிவிட்டு மற்றதைக் கட்டாமல் உங்களுடன் பேசுவார். சாப்பாட்டுக் கரண்டியை வாய்க்குக் கிட்ட கொண்டுபோவார். ஆனால், வாயைத் திறக்கமாட்டார். கார் சாவியை சாவி துவாரத்தினுள் நுழைப்பார் ஆனால் காரை கிளப்பமாட்டார். இவரைப் போன்றவர்களின் வெற்றியின் ரகஸ்யம் தங்கள் பதற்றத்தை மற்றவர்களுக்குக் கடத்தி, தங்கள் பதற்றத்தை இல்லாமல் செய்வது என்றுதான் நினைக்கிறேன்.

அடிக்கடி பயணம் செய்பவர்களின் குணாம்சம் பொதுவானதாகவே இருக்கிறது. நேபாள நண்பர் போகும்போது நடந்ததையும் சொல்லிவிடுகிறேன். அவர் தன்னுடைய சாமான்களை எல்லாம் வீட்டின் பல பாகங்களிலுமிருந்து சேகரித்து சூட்கேசில் அடுக்கிப் பூட்டிய பிறகு, ஏதாவது தவறவிட்டிருப்பாரோ என்று பயந்து நான் மறுபடியும் வீட்டை சோதனை செய்தேன். நண்பர் சிரித்தபடி சொன்னார். நான் சாமான்கள் அடுக்குவதில் திறமைசாலி. கொண்டுவந்த பொருட்களைத் திரும்ப ஒரு சூட்கேசில் போட்டு மூடுவதற்கு புத்திக்கூர்மை எண் ஐம்பது இருந்தாலே அதிகம். நண்பரே, பதற்றம் வேண்டாம். அமைதியாக இருங்கள். நான் 72

நாடுகள் பயணம் செய்திருக்கிறேன். எப்படியோ அவரை விமான நிலையத்தில் கொண்டுபோய் ஏற்றிவிட்டுத் திரும்பவும் வீடு வந்து சேர்ந்தேன். பள்ளிக்கூடம் விட்டு பிள்ளைகள் எல்லாம் போனபிறகு காட்சியளிக்கும் வகுப்பறை போல வீடு வெறுமையாகவும் அமைதியாகவும் இருந்தது. என் நெஞ்சு படபடப்பு அடங்க ஒரு மணி நேரம் எடுத்தது. ஆனால் கதை முடியவில்லை என்பதை ஊகித்திருப்பீர்கள்.

நண்பரிடமிருந்து குறுஞ்செய்தி வந்தது. 'அனைத்துலகப் பொறியியலாளர் மாநாட்டின் மலரை எங்கேயோ கைமாறி வைத்துவிட்டேன். அது மிகவும் முக்கியமானது. ரொறொன்ரோ தலைமையகத்துக்குச் சென்று ஒரு மலரைப் பெற்று அதை உடனடியாக எனக்கு அனுப்பினால் நல்லது. நான் பயணத்திலிருக்கிறேன். 12 14ம் தேதிக்குள் எனக்குக் கிடைக்குமென்றால் இந்த விலாசத்துக்கும், 15 18ம் தேதிக்குள் கிடைக்குமென்றால் இந்த விலாசத்துக்கும், 19ம் தேதிக்குப் பின்னர் என்றால் இந்த விலாசத்துக்கும் அனுப்பிவிடுங்கள்.' இந்தக் குறுஞ்செய்தியை அவர் விமானத்தில் ஏறிய பின்னர் அனுப்பியிருந்தார்.

எனக்கும், உலக பொறியியலாளர் தலைமையகத்துக்கும், தபால் கந்தோருக்கும் பெரிய தலையிடியைக் கொடுத்துவிட்டு நண்பர் 35,000 அடி உயரத்தில் அமைதியாகப் பறந்துகொண்டிருந்தார். விமானத்தின் முதல் வகுப்பு இருக்கையைப் பின்னால் நல்லாய் சாய்த்துவிட்டு, திரையில் ஓடும் படத்தைப் பார்த்தபடி, கால்களை நீட்டி, வெள்ளை வைன் அருந்தியவாறு அவருடைய பொழுது ஆனந்தமாய்ப் போய்க்கொண்டிருக்கும்.

பழைய புகைப்படம்

அறைக் கதவைத் திறந்துகொண்டு உள்ளே நுழைந்த நான் திடுக்கிட்டு நின்றேன். என் மனைவி கன்னத்தை மேசையில் வைத்துப் படுத்துக்கொண்டிருந்தார். முதல் பார்வையில் அழுகிறார் என்று நினைத்தேன். அன்று காலை எழும்பியதிலிருந்து நான் ஒரு குற்றமும் செய்யத் தொடங்கவில்லை என்பது நினைவுக்கு வந்தது. பதறியபடி 'என்ன, என்ன?' என்றேன். 'ஒன்றுமில்லை. கம்புயூட்டர் திரையைப் பார்க்கிறேன்' என்றார். 'அதை ஏன் படுத்திருந்து பார்க்கிறீர்?' என்று கேட்டேன். இங்கிலாந்திலிருந்து அவருடைய அண்ணன் ஒரு பழைய புகைப்படம் அனுப்பியிருந்தார். அது தலைகீழாக வந்திருந்தது. அதைத்தான் பார்த்துக்கொண்டிருந்தார்.

அது என் மனைவியின் சின்ன வயதுப் புகைப்படம். அவரும் அவருடைய அண்ணனும் மட்டுமே நிற்கும் படம். என் மனைவிக்கு அப்போது நாலு வயதிருக்கும். கையிலிருந்த எதையோ யாரோ பறித்துவிட்டதுபோல கோபமும் சோகமும் கலந்த முகம். கண்ணீர் எந்த நேரமும் வெடித்து வரலாம். அதற்கு முன்னர் புகைப்படக்காரர் தந்திரமாக படம் பிடித்துவிட்டார். யாரும் ஒன்றையும் பறிக்கவில்லை. புகைப்படக்காரர் கறுப்புத்

துணிக்குள் புகுந்தபோது தான் பயந்துபோய்விட்டதாக மனைவி கூறினார். அதை நம்பலாம் என்று முடிவெடுத்தேன்.

என்னுடைய சின்ன வயதுப் படம் என்னிடம் ஒன்றுகூட இல்லை. எங்கள் ஊரில் மற்றைய வீட்டுச் சுவர்களில் புகைப்படங்கள் தொங்குவதைப் பார்த்திருக்கிறேன். புகைப்படம் என்ற பொருளே எங்கள் வீட்டில் கிடையாது. என்னைச் சிறுவயதில் எடுத்த படம் ஒன்று இருந்தது. ஆனால் அது எங்கேயோ எப்போதோ தொலைந்துபோய்விட்டது என்றார்கள். வீட்டுச் சுவரில் காலண்டரில் வந்த முருகன், பிள்ளையார் படங்கள் தொங்கும். தேதிகள் கிழிந்த பிறகும் வீட்டில் படங்கள் அகற்றப்படுவதில்லை. நேரு, காந்தி, சுபாஷ் சந்திரபோஸ் படங்களும் இருந்தன. இவர்களுக்குச் சமமாக சாந்தா ஆப்தே என்ற ஒரு நடிகையின் படமும் சுவரில் தொங்கியது. இது எப்படி அங்கே வந்து சேர்ந்தது என்பது தெரியாது. சாய்ந்துபோய் அழகாக இருப்பார். பின்னாளில் இவர்தான் முதன்முதல் தமிழ்ப் படத்தில் நடித்த ஹிந்தி நடிகை என்பதை அறிந்து கொண்டேன். சாவித்திரி படத்தில் இவர் சாவித்திரியாக நடிக்க எம்.எஸ்.சுப்புலட்சுமி நாரதராக நடித்தாராம். மற்ற படங்கள் போனபின்னரும் இந்தப் படம் மட்டும் வெகுகாலமாக அதே சுவரில் அதே ஆணியில் தொங்கியது.

ஒருவருக்கு அதிக மகிழ்ச்சி அளிக்கக்கூடியது என்னவென்றால் அவருடைய ஆகச்சின்ன வயதுப் புகைப்படத்தைப் பார்ப்பது. என்னுடைய மனைவியின் சின்ன வயதுப் படம் அகப்பட்டதுபோல என்னுடையதும் ஒன்று கிடைத்தால் நல்லாயிருக்குமே என்று நினைத்தேன். நான் பள்ளியில் படித்தபோது எங்கள் பள்ளிக்கூடத்தில் ஒரு நாடகம் போட்டார்கள். அதில் நடித்தபோது எனக்கு எட்டு வயது இருக்கும். நான் படித்த காலத்தில் மேலே கூரையும் கீழே மணலும் பக்கத்தில் வேலியுமாக வகுப்பு அறை இருந்தது. நாங்கள் நாடகத்தை கொழும்பு, கண்டி, மாத்தளை ஆகிய இடங்களில் மேடையேற்றி நிதி சேகரித்தோம். அந்தக் காசில்தான் பள்ளிக்கூட புதுக் கட்டிடம் எழும்பியது. நாடகக்

குழுவை அப்போது ஒரு படம் பிடித்திருந்தார்கள். ஆனால் அந்தப் படத்தை யாரும் எனக்குக் காட்டியது கிடையாது.

நான் பள்ளிக்கூடத்திலிருந்து வரும் நேரத்துக்கு அம்மா வாசலில் காத்து நிற்பார். கொஞ்சம் பிந்தினாலும் துடித்துப் போய்விடுவார். தூரத்தில் அம்மாவை கண்டதும் ஓடத்துவங்குவேன். அம்மாவை கட்டிப்பிடித்ததும் நான் அப்பொழுதுதான் பிறந்துபோல அவர் என் உடம்பு முழுவதையும் தடவிப் பார்ப்பார். அவர் கேட்கும் முதல் கேள்வி 'ஆராவது அடித்தார்களா?' என்பதுதான். அந்தக் காலத்தில் பள்ளிக்குப் போய்வந்தால் வீட்டுக்கு ஏதாவது காயத்துடன் திரும்பி வருவதுதான் வழக்கம். வாத்தியார்மார் அடிப்பார்கள். அல்லது கூடப்படிக்கும் பெடியன்கள் என்னைப்போட்டு மிதிப்பார்கள். இது இரண்டும் நடக்காவிட்டால் நானாகவே விழுந்து முழுங்காலையோ, முழுங்கையையோ உடைத்துவிடுவேன். ஒருநாள் நான் பிந்தி வந்தபோது அம்மா பாதி தூரம் ஓடிவந்துவிட்டார். அன்றைக்குத்தான் என்னை நாடகக் குழுவுக்குத் தேர்வு செய்திருந்தார்கள். அந்தச் செய்தியைச் சொன்னதும் அம்மா தானே தெரிவு செய்யப்பட்டதுபோல எனக்காக மகிழ்ந்தார்.

நாடகக் குழுவை புகைப்படம் எடுத்த அன்று நான் பட்ட அவதியும் மறக்க முடியாது. இரவிரவாக நித்திரை வரவில்லை. வெள்ளைக் கால்சட்டையைத் தலையணையின் கீழ் மடித்து வைத்துப் படுத்திருந்தேன். அரைக் கை வெள்ளைச் சட்டை வெள்ளாவி வைத்து நீலம் போட்டு வெளுத்து சிரட்டைக்கரி ஸ்திரிப்பெட்டியால் தேய்த்துத் தயாராகவிருந்தது. கஞ்சிபோட்டு மொடமொடவென்று வாசனையோடு இருந்த சேர்ட்டை அம்மா பெட்டகத்துக்குள் இருந்து எடுத்துத் தந்தபோது பிரித்தேன். அது பேப்பர் கிழிவது போன்ற சத்தத்துடன் பிரிந்தது. கால்சட்டைக்குள் சேர்ட்டை நுழைத்து, பொத்தான்களை ஒவ்வொன்றாகப் போட்டுத் தயாரானேன். அம்மா கன்ன உச்சி பிரித்து தலைசீவி விட்டார். படம் எடுக்க வரச்சொன்ன நேரத்துக்கு ஒரு மணி முன்னதாகவே சென்று காத்திருந்தேன். முதல் வரிசையில் உயரமானவர்கள் நின்றார்கள். பின் வரிசையில் வாங்குபோட்டு ஏறி நின்றார்கள். நான் கடைசி

வரிசை. மேசைபோட்டு அதற்குமேல் வாங்குபோட்டு அதன்மீது ஏறி நின்ற சிறுவர்களுடன் நானும் நின்றேன். எனக்குப் பக்கத்தில் நின்றவன் 'மூச்சுவிடாதே' என்றான். ஒரு முட்டாளுக்கும் அவன் முட்டாள்தனத்துக்கும் இடையில் நான் குறுக்கிடவில்லை. இடது பக்கத்தில் முதலில் நின்றது நான்தான்.

மூன்றுகால் வைத்த காமிராப் பெட்டியால் கறுப்புத்துணி மூடிய ஓர் உருவம் எங்களைப் படம்பிடிக்க ஆயத்தம் செய்தது. நாங்கள் எல்லோரும் தயாராகி சிரித்த சமயத்தில் சூரியன் முகிலுக்குள் மறைந்துவிட்டான். இன்னுமொருமுறை சிரிக்கச் சொன்னார்கள். பலமுறை இப்படி ஆயத்தமாகி, சிரித்து படம் எடுக்கும் சமயம் சூரியன் முகிலுக்குள் புகுந்துவிடுவான். பல நிமிடம் காத்திருந்து பல தடவை சிரித்து அன்று ஒரு மாதிரி படம் எடுத்து முடிந்தது. அதில் என்னுடைய இரண்டு அண்ணைமாரும் வேஷம் போட்டுக்கொண்டு நின்றார்கள். எங்கள் குடும்பத்தில் இருந்த மூன்று பேருடன் இன்னும் 23 பேரும் அந்தப் படத்தில் இருந்தார்கள்.

சில வருடங்களுக்கு முன்னர், ரொறொன்ரோவில் நடந்த ஒரு விருந்தில் என்னைச் சிறுவயதில் படிப்பித்த சுகிர்தம் ரீச்சரை எதிர்பாராமல் சந்தித்தேன். அப்போது பள்ளிக்கூடத்தில் நாங்கள் போட்ட நாடகம் பற்றிப் பேச்சு வந்தது. நாடகத்தை இயக்கியவர்களில் இவர் முக்கியமானவர். கடந்த வாரம் என் வீட்டுக்கு முன்னறிவித்தல் ஏதும் இல்லாமல் ரீச்சர் வந்திருந்தார். வாசலில் இருந்த ஆறு படிகளையும் துள்ளிக் கடந்தார். இது நம்பக்கூடியதாக இல்லை. அவர் சொல்லியிருந்தால் நானே அவர் வீட்டுக்குப் போயிருப்பேன். ஏனென்றால் சுகிர்தம் ரீச்சருக்கு வயது 89. என்னை ஆச்சரியப்படுத்தவேண்டும் என்பதுதான் அவர் நோக்கம். என் ஆசிரியர்களில் இவரை எனக்குப் பிடிக்கும். நான் அடிவாங்குவதற்குத் தகுதியான பல காரியங்களைச் செய்திருந்தாலும் இவர் என்னை அடித்ததில்லை. இவர் வந்தபோது பெரிதாக்கப்பட்ட ஒரு புகைப்படத்தையும் கொண்டுவந்து என்னிடம் தந்தார். பள்ளிக்கூட நாடகக் குழுவினருடன் நான் நிற்கும் படம். என்னால் நம்பவே

முடியவில்லை. கிட்டத்தட்ட 60 வருடங்களுக்குப் பின்னர் அந்தப் படம் என்னைத்தேடி வந்திருந்தது.

என்னுடைய ஆசிரியை, படத்திலே இருந்தவர்களின் பெயர்களையும் அவர்கள் இப்பொழுது என்ன செய்கிறார்கள், எங்கே இருக்கிறார்கள் என்ற விவரங்களையும் சொன்னார். அவருடைய ஞாபகசக்தி என்னை பயமுறுத்தியது. நடுவிலே ஓர் ஆறு வயதுச் சிறுமியும் நின்றாள். அவள்தான் 'ஆடுவோமே பள்ளுப் பாடுவோமே' பாடலுக்கு அபிநயம் பிடித்தவள். கொக்குவில் கிராமம் முழுக்க அன்று அதிசயமாக கண்டு களித்த நடனம் அது. இவளுக்குப் பக்கத்தில் நின்ற சிறுமிக்கு 11-12 வயதிருக்கும். இப்பொழுது அவரைப் படத்தில் பார்த்தபோதும் எனக்கு நடுங்கியது. பல இரவுகள் இவரால் நித்திரை வராமல் தவித்திருக்கிறேன். இவர் ஒரு மாலையை எடுத்துக்கொண்டு வந்து என் கழுத்திலே சூட்டவேண்டும். நான்தான் காந்தி சிலை. குதிக்காலால் தரையை அடித்து அடித்து மேடையில் முன்னேறுவார். எனக்கு முது எலும்புக்குருத்து குளிரும். அடுத்தநாள் வகுப்பில் என்னுடன் படிக்கும் மாணவர்களுக்கு எப்படி முகம் கொடுப்பேன் என்று யோசனை ஓடும். நான் அந்தச் சமயம் அடைந்த கூச்சமும் பரிதவிப்பும் வேதனையும் இப்பவும் மறக்கமுடியாதது.

கறுப்புக்கரை வைத்து வெள்ளைச் சேலை உடுத்தியிருப்பவர்தான் என்னுடைய இரண்டாவது அண்ணை. அர்ஜுனனுடைய மனைவி சுபத்திரையாக நடித்தவர். இவருக்கு வேடம் போடுவதற்காக இரண்டுபேர், மூன்றுமணி நேரம் ஒரு முழு பவுடர் டின்னுடன் மெனக்கெட்டார்கள். அர்ஜுன ராசாவின் மனைவி ஒரு ராணியாகத்தானே இருக்கவேண்டும். இவரிடம் ஓர் அரச லட்சண முகபாவம் வரவே இல்லை. எங்கள் வீட்டுக்கு தலையிலே கூடையை வைத்து கத்தரிக்காய் காவிக்கொண்டு வந்து விற்கும் மனுசிபோலவே தோற்றமளித்தார். என்னுடைய இரண்டாவது அண்ணைதான் சுந்தரி. அவர் இரவல் வாங்கிய பாவாடை சட்டையில் நீண்ட பின்னலுடன் இருந்தார். கதையின் படி இவரை துரியோதனின் மகன் லக்குவனுக்கு

நிச்சயம் செய்தாகிவிட்டது. ஆனால் அர்ஜுனனின் மகன் அபிமன்யுமேல் சுந்தரிக்கு காதல். அபிமன்யு இவரைத் திருமணத்துக்கு முன்னர் தந்திரமாகக் கடத்திப்போவதுதான் கதை. என்னுடைய அண்ணை பூமிசாஸ்திரப் பாடத்தில் ஃபெயிலான நாலாம் வகுப்பு மாணவிபோல முகத்தை நீட்டி வைத்துக் கொண்டிருந்தார். ஓர் அரசகுமாரன் வந்து குதிரையில் தூக்கிக்கொண்டு போகப்போகிறானே என்று ஒருவிதத் துள்ளலோ துடிப்போ மகிழ்ச்சியோ முகத்தில் இல்லை.

நாடக தினமன்று சுந்தரி பூங்காவனத்தில் சுழன்று சுழன்று ஆடியபடியே மேடைக்கு வரவேண்டும். ஆனால் மேடையில் தோன்றுவதற்குச் சரியாக ஒரு நிமிடம் முன்பு அண்ணை மனதை மாற்றிவிட்டார். திரை இழுத்தபிறகுதான் இப்படி மனதை மாற்றவேண்டும் என்று அவருக்குத் தோன்றியிருக்கிறது. அக்காவிடம் இருந்த அத்தனை நகைகளையும் அணிந்து, இரவல் ஒட்டியாணத்தைக் கட்டிக்கொண்டு, இடுப்பிலே கையை வைத்து அடிச்சொண்டை கடித்தபடி 'மாட்டேன்' என்ற ஒரு வார்த்தையில் சொல்லிவிட்டார். கோபத்தில் கதவை சாத்துவதுபோல அமிர்தலிங்கம் மாஸ்ரர் கன்னத்தில் ஓர் அடி ஓங்கி விட்டார். வழக்கத்தில் இரண்டு தரம் சுழன்று மேடையில் தோன்றும் அண்ணை அன்று மூன்றுதரம் சுழன்றபடி மேடையில் தோன்றினார். நாடகம் குறைவில்லாமல் நடந்து முடிந்தது.

சுகிர்தம் ரீச்சர் என்வீட்டுக்குக் கொண்டுவந்து தந்த அந்தப் பொக்கிஷமான படத்தை முதலில் என் மனைவியிடம் காட்டி என்னைக் கண்டுபிடிக்கச் சொன்னேன். இந்தியாவைக் கண்டுபிடிக்க வெளிக்கிட்ட மகெல்லனின் கப்பல்போல மனைவியின் விரல் படத்தில் ஊர்ந்து ஊர்ந்து என்னைத் தேடியது. திடீரென்று ஏதோ வெளிச்சம் வந்ததுபோல யோசிக்காமல் என் அண்ணையைத் தொட்டுக் காட்டி என்னை அவமதித்தார். நான் 'உம்முடைய சின்ன வயதுப் படத்தில் உம்மை டக்கென்று காட்டினேன்' என்று அவரிடம் சொன்னேன். அவர் பதிலுக்கு 'அதில் நின்றது இரண்டு பேர்தானே' என்றார். சரி என்று என் மகனிடம் கேட்டேன்.

அவனுக்காவது என் மீது நல்ல அபிப்பிராயம் இருக்கிறதா என்று பார்க்கலாம். அவன் முற்றிலுமே தொடர்பு இல்லாமல் பரத நாட்டிய உடுப்பு அணிந்து, உதட்டுச் சாயம் பூசி நின்ற பெண்ணைக் காட்டினான். மிஞ்சியது என்மகள்தான். அவளாவது சரியாகக் கண்டுபிடிப்பாள் என்ற நம்பிக்கை எனக்கு இருந்தது. வெள்ளைக் கால் சட்டையும், வெள்ளை சேர்ட்டும் அணிந்திருந்த பையனைச் சுட்டிக்காட்டினாள். அவன் எனக்கு பக்கத்தில் மூச்சுவிடாமல் நின்றவன். அவன் நானில்லை.

பிறகு அது ஒரு விளையாட்டு ஆகியது. வீட்டுக்கு வரும் விருந்தாளிகளிடம் அந்தப் படத்தில் நான் யார் எனச் சுட்டிக்காட்டச் சொல்வேன். சிலர் ஆண்வேடமிட்ட பெண்ணைச் சுட்டிக்காட்டினார். சிலர் பெண்வேடமிட்ட ஆணைச் சுட்டிக்காட்டினர். சிலர் பெண்வேடமிட்ட பெண்ணையே தொட்டுக்காட்டினர். ஒருவராவது என்னை சரியாக அடையாளம் காட்டவில்லை. எனக்கு துக்கமாகவிருந்தது. மகிழ்ச்சியும் வந்துபோனது. ஒருவர் 28வது முயற்சியில் என்னைக் கண்டுபிடித்தார். படத்தில் இருந்தது 26 பேர்தான்.

ஒருவரும் பக்கத்தில் இல்லாத நேரத்தில் நான் அந்தப் பழைய படத்தைப் பார்த்துக்கொண்டு வெகுநேரம் இருப்பேன். முதல் நாளிரவு தலையணையின் கீழ் மடித்துவைத்து அணிந்த வெள்ளைக் கால்சட்டை படத்தில் ஒரு துளியும் தெரியவில்லை. சிரட்டைக்கரியில் சூடான ஸ்திரிப்பெட்டியில் உரஞ்சி மடித்த வெள்ளை சேர்ட்டு கைமுனை வாள் போல கூராக நின்றது. அம்மா சீவிய கன்ன உச்சி கலையாமல் இருந்தது. கிராமத்து சூரியன் முகிலை விட்டு வெளியே வந்த கண நேரத்தில் புகைப்படக்காரர் படத்தைப் பிடித்திருந்தார். கடைசி நிரையில் மேசை வைத்து, அதற்குமேல் வாங்கு வைத்து ஏறி நின்ற அந்தச் சிறுவர்களை உற்றுப் பார்த்தேன். இடதுபக்க ஓரத்தில் நின்ற சிறுவனின் கண்களில் நிறைய கனவுகள் தெரிந்தன. அதில் பாதியாவது நிறைவேறியதோ என்னவோ.

நம்பமுடியாது

'*நம்பமுடியாது*' என்றேன்.

சுரேஷ் என் வீட்டுக்கு வந்திருந்தார். அவருடன் பேசிய ஒரு மணி நேரத்தில் 'நம்பமுடியாது' என்ற வார்த்தையை 16 தடவை சொல்லிவிட்டேன். எதிர்பார்த்ததிலும் பார்க்க அவர் இளமையாகத் தோற்றமளித்தார். உபசரிப்பவரிடம் போதும் என்று சொல்லும்போது ஒரு சிரிப்பு சிரிப்போமே அப்படி சுரேஷ் சிரித்தார். என்னைப்போல 'நம்பமுடியாது' என்று சொல்லும் பலரை அவர் சந்தித்திருப்பார். ஒவ்வொரு முறையும் அவர் இமைகளுக்குள்ளால் சிரிக்கும்போது அதற்கு முன்னர் இருந்ததைவிட அழகாகத் தெரிந்தார்.

சுரேஷ் ஜோகிம் கனடாவில் வசிக்கும் தமிழர். உலகத்தில் அதிகமாக விற்கும் புத்தகம் பைபிள்; அதற்கு அடுத்தபடி விற்பனையாவது 'கின்னஸ் சாதனைகள்' புத்தகம். நூறு நாடுகளில், 25 மொழிகளில் வெளியாகும் அந்தப் புத்தகத்தில் அவருடைய பெயர் 63 தடவை வருகிறது. அத்தனை உலக சாதனைகளைப் படைத்துவிட்டார். மீரா ஜாஸ்மினுடன் அவர் நடித்து வெளிவந்த 'சிவப்பு மழை' அவருடைய 59வது சாதனை. அதன்பின்னரும் நிறுத்தாமல் சாதனைகள் செய்துவருகிறார்.

கடந்த ஐலை மாதம் கனடா ஸ்காபரோ நகரில் தனது 63வது சாதனையை, தொடர்ந்து 200 மணித்தியாலங்கள் நிறுத்தியிருக்கும் சைக்கிளை ஓட்டி, நிலைநாட்டினார். இந்தச் சாதனையால் *Operation Eyesight* தொண்டு அமைப்பு மூலம் இந்திய, ஆப்பிரிக்க நாடுகளைச் சேர்ந்த ஆயிரம் மக்களுக்கு கண்பார்வை கிடைக்கிறது. இதுவரை இவர் செய்தது சின்னச்சின்ன சாதனைகள். இவர் பிரம்மாண்டமான சாதனை ஒன்றுக்குத் தயாராகி வருகிறார். அதைச் சொன்னபோதுதான் நான் 'நம்பமுடியாது' என்று சொன்னேன்.

சின்ன வயதில் சுரேஷ் யாழ்ப்பாணத்தில் மாமா வீட்டில் வளர்ந்தார். அவருடைய மாமா ஒரு பாதிரியார் என்பதால் அவரைப் பார்க்க வருபவர்கள் எல்லோரும் ஏதாவது காரணத்திற்காக அழுதுகொண்டு வருவார்கள். 'ஐயா, என்ரை மகனை ராணுவம் பிடிச்சுக்கொண்டு போட்டுது.' 'ஐயா, என்ரை மகளைக் காணவில்லை.' இப்படித் தொடர்ந்து முறைப்பாடுகள். அந்தச் சின்ன வயதிலேயே இந்த மக்களுக்கு எப்படியாவது உதவ வேண்டும் என்ற எண்ணம் அவருக்குள் எழுந்தது, ஆனால் எப்படி உதவலாம் என்பது தெரியவில்லை.

இளைஞனாக முதன்முறை கொழும்புக்குச் சென்றபோது அங்கே ஒரு புத்தகத்தைப் பார்த்தார். அதிலே மைக்கேல் ஜாக்சன், மொகமட் அலி, மடோனா போன்றவர்களின் பெயர்கள் எல்லாம் இருந்தன. அது உலக சாதனைகள் கின்னஸ் புத்தகம். உலகத்தின் கவனத்தைக் கவர்வதற்கு இப்படி ஒரு வழி இருப்பது அவருக்குத் தெரியாது. உலகத்தின் பார்வையைத் தன்பக்கம் திருப்பினால் தானும் தன் பங்குக்கு ஏதாவது உதவி செய்யலாமே என்ற எண்ணம் தோன்றியது. அதன் விளைவாக அவருடைய முதல் சாதனை கொழும்பில் நடந்தது. 1996ம் ஆண்டு, 42 நாட்கள், அதாவது 1000 மணித்தியாலங்கள் தொடர்ந்து 3495 கி. மீட்டர் தூரம் ஓடி சாதனை படைத்தார். அவருடைய பெயர் கின்னஸ் புத்தகத்தில் இடம் பிடித்தது. அதைத் தொடர்ந்து நிறைய சாதனைகளை ஒன்றன்பின் ஒன்றாக நிறைவேற்றி வருகிறார்.

'இந்தச் சாதனைகளுக்குப் பயிற்சி எடுப்பதில்லையா?' என்று கேட்டபோது இல்லை என்றார். 'அவுஸ்திரேலியாவில் கையிலே செங்கல்லைத் தூக்கிக்கொண்டு 126.675 கி.மீட்டர் தூரம் தொடர்ந்து ஓடி சாதனை படைத்திருக்கிறேன். இது உடலை வருத்தும் போட்டி. கையிலே ரத்தம் சொட்டும். இரண்டு தடவை கையை வருத்துவதில் என்ன பிரயோசனம். சாதனை அன்றுதான் முதன்முதல் செங்கல்லைத் தூக்கிக்கொண்டு ஓடினேன். சாதனைக்கும் உடலுக்கும் சம்பந்தமே இல்லை. எல்லாம் மனதுதான்' என்றார்.

'சிவப்பு மழை சாதனை?'

'இதுவரை 13 நாட்களில் சினிமா படம் எடுத்ததுதான் உலக சாதனை. அந்தச் சாதனையைத்தான் 11 நாள், 23 மணித்தியாலம், 45 நிமிடத்தில் படத்தை எடுத்து முடித்து சென்னையில் முறியடித்தோம். இதில் நடித்த மீரா ஜாஸ்மின், சுமன், விவேக் மற்றும் இயக்கிய கிருஷ்ணமூர்த்தி, பாடல் எழுதிய வைரமுத்து, இசையமைத்த தேவா எல்லோரும் கொடுத்த ஒத்துழைப்பு மறக்கமுடியாதது. மூன்று செட், மூன்று காமிரா என்று வைத்து மாறி மாறி படப்பிடிப்பு நடந்தது. இரவிரவாக சூட்டிங் முடிந்து அதிகாலை 5 மணிக்கு தூங்கப் போவேன். ஆனால் 6.30 க்கு என்னை மறுபடியும் எழுப்பிவிடுவார்கள். உடனே மேக்கப் போட்டுத் தயாராக வேண்டும். பல இரவுகள் நித்திரை இல்லாமல் தொடர்ந்து வேலைசெய்து முடிக்க வேண்டியிருந்தது. ஒரு தருணத்தில்கூட தோற்றுவிடுவேன் என்று நான் நினைத்ததில்லை. இதை நான் சாதனைப் படமாக மட்டும் பார்க்கவில்லை. ஈழத்துப் போரின் கடந்த காலம், நிகழ் காலம், எதிர்காலம் மூன்றையும் சொல்லிய ஒரு படமாகவும் பார்க்கிறேன்.'

தடங்கல்கள் வந்திருக்குமே?

'நிறைய. படம் தொடங்க முன்னர் உதவி டைரக்டராக நியமிக்கப்பட்ட ஒருவர் விபத்தில் இறந்துவிட்டார். படம் சூட்டிங் நடந்தபோது ஒரு பையன் ராட்சச காற்றாடியில் கையை விட்டு விரல் துண்டாகிவிட்டது. அபசகுனம் என்றெல்லாம்

சொன்னார்கள். படம் முடிய முன்னர் பணம் முடிந்துவிட்டது. எல்லாத்தையும் தாண்டித்தான் சாதிக்கவேண்டியிருந்தது.'

நடிப்பு அனுபவம் எப்படி?

'உலகத்தின் பல காமிராக்களுக்கு முன் நான் நின்றிருக்கிறேன். அமெரிக்காவின் சி.என்.என், இங்கிலாந்து பி.பி.சி, கனடா டிவி, அவுஸ்திரேலியா டிவி, ஆனால் அவை எல்லாமே செய்தி சானல்கள். சினிமா காமிரா என்பது வேறு. புகழ் உச்சியில் இருக்கும் நடிகர்கூட 14 தடவைகள் ஒரே காட்சியை மீண்டும் மீண்டும் நடிக்கவேண்டியிருக்கும். நேரம் என்ற வசதி எங்களுக்குக் கிடையாது. எனக்கு வசனம் பிரச்சினையாக இருந்தது. ஒருத்தர் பின்னுக்கு நின்று சொல்ல நான் நடித்தபடி வசனத்தைச் சொல்லவேண்டும். ஆரம்பத்தில் தடுமாறினேன், ஆனால் சில நாட்களில் பிடித்துக்கொண்டேன். மீரா தேசிய விருது வாங்கிய நடிகை. ஓர் இடத்தில் நான் நடித்து முடிந்த பிறகு அவர் கைதட்டினார். அதுதான் இந்தப் படத்தில் எனக்குக் கிடைத்த ஆகப்பெரிய விருது.'

ஏதாவது மறக்க முடியாத சம்பவம்?

'விவேக்குடன் நடித்ததுதான். அவருடன் சேர்ந்து வரும் இடங்களில் எல்லாம் நான் நடிக்கவேண்டியதை மறந்து சிரித்துவிடுவேன். இயக்குநர் 'என்ன சார், இருக்கிறதே கொஞ்சநேரம். நீங்களே சிரித்துக் கெடுத்துவிடுவீர்கள் போல இருக்கே' என்பார். அவருடன் சிரிக்காமல் நடித்து முடித்ததுதான் என்னுடைய பெரிய சவால்.'

சுரேஷ் அவருடைய திட்டங்களை விவரிக்கத் தொடங்கியபோது பல இடங்களில் 'நம்பமுடியாது' என்று நான் சொல்லிக்கொண்டே வந்தேன். சின்ன வயதில் அவர் நினைத்ததுபோல இன்று பல மில்லியன் டொலர்கள் அவருடைய சாதனைகள் மூலம் அநாதரவான சிறுவர் சிறுமிகளுக்குப் போய்ச் சேர்ந்திருக்கிறது. இதுவரை அவர் ஒரு சாதனையிலும் தோல்வியடைந்தது கிடையாது. 'சிவப்பு மழை' தனியொருவர் சாதனை அல்ல, ஒரு குழு செய்யவேண்டியது, ஆகவே தோல்வியில் முடியும்

என்றே பலர் நினைத்தார்கள் ஆனால் 12 நாட்களுக்கிடையில் படத்தை முடித்து கின்னஸ் சான்றிதழ் பெற்றுவிட்டார்.

அவருடைய அடுத்த பெரிய சாதனை ஹொலிவுட் ஆங்கிலப் படம். கனடாவில் எடுக்கப்படும் இந்தப் படத்தில் சுரேஷ் 35 வேடங்களில் நடிக்கிறார். மூன்று இயக்குநர்கள், ஒருவர் கனடியர், இன்னொருவர் அமெரிக்கர் மூன்றாவது தமிழர். அது சுரேஷ்தான். கதையும் அவர்தான், ஆனால் வசனம் ஒரு ஹொலிவுட் எழுத்தாளர் எழுதுகிறார். அமெரிக்கா, பிரான்ஸ், ரஸ்யா, சீனா, ஜப்பான் என ஐந்து கதாநாயகிகள். பிரதானமான ஆறாவது கதாநாயகி பிரபல ஹிந்தி நடிகை. பெயரை இப்போதைக்கு வெளியிடவேண்டாம் என்று சொல்லியிருக்கிறார். படத்தில் மூன்று பாடல்கள் இடம் பெறும். அவையும் பிரபல இசையமைப்பாளர் ஒருவர் அமைத்ததாகத்தான் இருக்கும்.

அவர் சொன்ன கதையும் அபூர்வமானது. விறுவிறுப்பும், திருப்பங்களும், எதிர்பாராத முடிவும் கொண்டதாகக் கதை அமைந்திருந்தது. கின்னஸ் சாதனை மட்டுமல்ல ஒன்றிரண்டு ஒஸ்கார் விருதுகள் பெறுவதும் நோக்கம். ஏற்கனவே ஒஸ்கார் விருதுபெற்ற சிலர் படத்தில் ஒப்பந்தமாக இருக்கிறார்கள். 63 உலக சாதனை படைத்த ஈழத்தமிழர் ஒருவர் ஒஸ்கார் மேடையில் நின்று ஒரு விருதை பெறுவார் என்பதை நாங்கள் ஏன் நம்பத் தயங்கவேண்டும்..

அவருடைய நாளாந்த வாழ்க்கையிலும் பல விசயங்கள் நம்பமுடியாததாகத்தான் இருக்கின்றன. அவர் தினசரி தேகப்பயிற்சி செய்வதில்லை. உணவுக்கட்டுப்பாடு சுத்தமாகக் கிடையாது. என்ன வேண்டுமானாலும், எப்போ வேண்டுமானாலும் சாப்பிடுகிறார். அவர் எங்கேயிருந்தாலும் சோறும் கறியும் முக்கியம். ஒவ்வொரு நாளும் காலையில் ஒரு முட்டைக் கோப்பி குடிக்கிறார். இரவு ஒரு மணிக்கு பின்னர் தூங்கப் போகும் அவர் காலையில் குறித்த நேரத்துக்கு எழும்புவதென்பது கிடையாது. ஆனால் அவர் மூளையில் புது சிந்தனைகள் முளைத்தபடியே இருக்கின்றன.

பெரிய பெரிய திட்டங்கள் நடக்கும்போது சின்னச்சின்ன சாதனைகள் அது பாட்டுக்குத் தொடரும். அவருடைய அடுத்த பெரிய திட்டம் உலக சமாதானத்திற்காக உலகத்தைச் சுற்றிய ஓட்டப் பயணம். 55 நாடுகளில், 88 நகரங்களைத் தொட்டு 6000 கி.மீட்டர் தூரம் ஓடுவது. இந்த ஓட்டம் டிசெம்பர் 25, 2012ல் கிறிஸ்துமஸ் அன்று ஜெரூசலம் நகரில் தொடங்கி ஜூன் 24, 2013 அன்று மாலை கனடாவின் மிஸிசாகா நகரில் கனடிய பிரதமர் முன்னிலையில் முடிவுக்கு வரும். இந்த ஓட்டத்தின் மூலம் உலக சமாதானத்துக்காக நூறு கோடி கையெழுத்துகள் பெறுவதோடு ஒரு பில்லியன் டொலர்களும் திரட்டப்படும். இதன் நோக்கம் 24 ஜூன் நாளை உலக சமாதான நாளாக உலகம் முழுவதும் அறிவிப்பது.

'கனடிய பிரதமர் ஹார்ப்பரைச் சந்திப்பதில் பிரச்சினை இல்லையா?' என்று கேட்டேன். 'இல்லையே. முதலில் என்னை அவருடைய மனைவிதான் சந்தித்தார். ஹார்ப்பருடைய இரண்டு பிள்ளைகளுக்கும் நான் ஹீரோ. அவர்களுடைய கின்னஸ் புத்தகத்தில் நான் கையெழுத்து வைத்தேன். பின்னர் பிரதமர் வந்து என்னுடன் பத்து நிமிடம் பேசினார். அடுத்து நான் ஒபாமாவைச் சந்திப்பதாக இருக்கிறேன்.' நான் பிரச்சினை இல்லையா என்று கேட்கவில்லை.

'அதற்குப் பிறகு என்ன பெரிய திட்டம்?'

'தற்போது துபாயில் உள்ள புர்ஜ் காலிஃபாதான் உலகத்தில் ஆக உயர்ந்த கட்டிடம். அதைத் தாண்டி சீனா ஒன்று கட்டி வருகிறது. அதையும் மீறும் வகையில் கனடாவில் ஒரு கட்டிடம் எழும்பவேண்டும்.'

'யார் செய்யப் போகிறார்கள்?'

'நான்தான்' என்றார்.

'நம்பமுடியாது' என்றேன்.

இல்லை என்பதே பதில்

தொடக்கம்:

பெர்சி ஸ்பென்சர் என்பவர் 5ம் வகுப்பு மட்டுமே படித்த ஓர் அமெரிக்கர். இவர் பின்னர் தானாகவே கற்றுக்கொண்டு விஞ்ஞானி ஆனார். 1945ல் ஒரு குளிர்காலப் பகல் நேரத்தில் கதிர் அலை பற்றிய பரிசோதனை முடிவில் அவர் சட்டைப் பையில் இருந்த சொக்கலேட் உருகிவிட்டது. அது ஏன் நடந்தது என்று வியப்பு மேலிட தொடர்ந்து ஆராய்ச்சி செய்து நுண்ணலை அடுப்பை கண்டுபிடித்தார். இன்று உலகம் முழுக்க பாவனையில் இருக்கும் அடுப்புக்கு மூலகாரணமாக இருந்தது ஒரு தற்செயல் நிகழ்வுதான்.

இப்படியான ஒரு தற்செயல் நிகழ்வு 2015ம் ஆண்டு ஜூலை மாதம் 4ம் தேதி நடந்தது. விஜய் ஜானகிராமன் அமெரிக்காவில் 40 வருடமாகப் பணியாற்றிவரும் பிரபல இருதய நிபுணர். தமிழ் மேல் அதீத பற்றுகொண்டவர். இவர் வைதேகி ஹெர்பர்ட் என்பவரைச் சந்தித்தார். வைதேகி தமிழில் புலமை வாய்ந்தவர். சங்க இலக்கிய நூல்கள் பதினெட்டையும் முதன்முதலாக ஆங்கிலத்தில் மொழிபெயர்த்தவர். ஒரு பல்கலைக்கழகம் செய்ய வேண்டிய பணியைத் தனியொருவராகச் செய்து வரலாறு படைத்தவர். ஜானகிராமன் அவரைச் சந்தித்தபோது 'தமிழுக்கு

நான் ஏதாவது செய்யவேண்டும். என்ன செய்யலாம்?' என்றார். வைதேகி அம்மையார் 'ஹார்வர்ட் பல்கலைக்கழகம் உலகத் தரவரிசையில் முதலாவது இடத்தில் இருக்கிறது. தமிழ் இன்றும் வாழும் ஆதி மொழி; செம்மொழி. மேன்மையான இலக்கியங்கள் கொண்டது. இந்த மொழிக்கு, 380 வருட பாரம்பரியம் கொண்ட ஹார்வர்டில் இருக்கை கிடையாது. இது மிகப்பெரிய அநீதி. உலகத்தில் மூத்த மொழி ஒன்றுக்கு மூத்த பல்கலைக்கழகத்தில் இடம் தருவதுதானே முறை' என்றார்.

முதல் பொறி

இதுவே முதல் பொறி. மீன் துள்ளி விழும்போது வானத்தைப் பார்க்கும் என்பார்கள். சிறிய துள்ளல் பெரிய தரிசனம். ஜானகிராமன் மனதில் வியாபித்திருந்தது தமிழ் வானம்தான். உலகத் தமிழர்கள் மனது வைத்தால் முடியாத காரியமா என்ற எண்ணம் அவரை அலைக்கழித்தது. அமெரிக்காவில் வாழும் சுந்தரேசன் சம்பந்தமும் புகழ்பெற்ற மருத்துவர். தமிழில் ஆழ்ந்த ஈடுபாடு கொண்டவர். இருவருமாகச் சென்று ஹார்வர்ட் அதிகாரிகளைச் சந்தித்து தங்கள் விருப்பத்தைச் சொன்னார்கள். ஹார்வர்ட் பெரும் ஆர்வம் காட்டவில்லை. விடாப்பிடியான தொலைபேசி உரையாடல்களுக்கு பின்னர் ஹார்வர்ட் ஆறு மில்லியன் டொலர் வைப்பு நிதி கட்டவேண்டும் என்ற நிபந்தனையை விதித்தது. ஆளுக்கு அரை மில்லியன் டொலர்கள் செலுத்தி ஹார்வர்ட் நிதி திரட்டலைத் தொடங்கத் தீர்மானித்தார்கள். அடுத்து வந்த ஹார்வர்ட் சந்திப்பில் அவர்களுடன் நானும் நின்றேன். அவர்கள் சார்பில் காசோலையை வழங்கி நிதி திரட்டலை ஆரம்பித்து வைக்கும் பெருமையை எனக்குக் கொடுத்தார்கள். தொடர்ந்து அமெரிக்காவில் தமிழ் இருக்கை அமைப்பு அறக்கட்டளையாகப் பதிவுசெய்யப்பட்டது. இதன் நோக்கம் உலகத்து பல்கலைக்கழகங்களில் தமிழ் இருக்கைகளை உருவாக்குவது. முதல் படியாக ஹார்வர்ட், அதைத் தொடர்ந்து ரொறொன்ரோ மற்றும் முக்கிய தமிழ் இருக்கைகள் என்று முடிவுசெய்யப்பட்டது.

ஹார்வர்ட் விழா

ஹார்வர்ட் தமிழ் இருக்கை ஆரம்ப விழா அமெரிக்காவில் நடக்கவில்லை. 6 டிசம்பர் 2015 அன்று, கனடா, மார்க்கம் நகரில் நடந்தது. பனிசூழ்ந்த இரவுக் கூட்டத்தில் மக்கள் குழுமியிருந்து உற்சாகம் அளித்தது. இரண்டு மருத்துவர்களும் பேசினார்கள். அப்போது அவர்கள் ஹார்வர்ட் தமிழ் இருக்கை நிதி சேகரிப்பு முடிந்தபின்னர் ரொறொன்ரோ பல்கலைக்கழகத்தில் தமிழ் இருக்கை அமைக்கப்போவதாக உறுதியளித்தார்கள். மக்கள் உற்சாகமாகக் கைதட்டி வரவேற்றார்கள்.

ஹார்வர்ட்டின் வெற்றி

ஆரம்பத்தில் நினைத்ததுபோல ஹார்வர்ட் நிதி சேகரிப்பு இலகுவாக அமையவில்லை. பணம் கொடுத்தவர்களிலும் பார்க்க கேள்வி கேட்டவர்களே அதிகம். எதிர்பாராத தடைகள் வந்தன. மருத்துவர் ஜானகிராமன் 'தடைகள் என்பவை மாறுவேடத்தில் வரும் வாய்ப்புகள்' என்று நம்புகிறவர். மருத்துவர் சம்பந்தமோ நிதி சேகரிக்கும் கூட்டங்களில் இப்படிப் பேசினார். 'நான் அமெரிக்காவுக்கு வந்தபோது என்னுடைய சொத்து என் சட்டைப் பையில் இருந்த 8 டொலர்தான். நான் இந்த உலகத்தை விட்டு நீங்கும்போது என் சொத்து அதிலும் குறைவாக இருக்கவேண்டும் என விரும்புகிறேன். ஈத்துவக்கும் இன்பத்துக்கு ஈடில்லை.' சிறிது சிறிதாகச் செய்தி உலகம் முழுக்கப் பரவி ஆதரவு பெருகியது. தமிழக அரசு $1.5 மில்லியன் நன்கொடை வழங்கியது. தமிழ்நாட்டில் சிறையில் இருந்து வெளியே வந்த ஒருத்தர் சிறையில் கிடைத்த பணம் முழுவதையும் ஹார்வர்டுக்கு தானம் செய்தபோது பத்திரிகைகள் எழுதின. ஒரு கட்டத்தில் உலகெங்கும் இருந்து பணம் வந்து குவிய, பொது அறிவித்தல் மூலம் 'பணம் அனுப்பவேண்டாம்' என்று கேட்டு நிறுத்தவேண்டி நேர்ந்தது.

ரொறொன்ரோ தமிழ் இருக்கை தொடக்கம்

'தோசைக் கல்லை ஆறப்போடக் கூடாது' என்று மருத்துவர் சம்பந்தத்தின் மனைவி விஜயா அடிக்கடி சொல்வார். 5 மார்ச் 2018ல் ஹார்வர்ட் நிதி சேகரிப்பு முடிவுக்கு வந்தது.

சூட்டோடு சூடாக, ரொறொன்ரோ தமிழ் இருக்கை முயற்சி 10 மே 2018 அன்று ஆரம்பிக்கப்பட்டது. இதை உற்சாகத்தோடு வேகமாக முன்னெடுத்தவர் சிவன் இளங்கோ. ரொறொன்ரோ தமிழ் இருக்கைக்குத் தேவையான வைப்பு நிதி 3 மில்லியன் டொலர்கள். தமிழர்களின் வாரிவழங்கும் நற்குணத்தில் நம்பிக்கை வைத்து, தமிழ் இருக்கை அமைப்பும், கனடிய தமிழர் பேரவையும் ரொறொன்ரோ பல்கலைக்கழகத்துடன் கையொப்பமிட்டு ஒப்பந்தம் நடைமுறைக்கு வந்தது. ஹார்வர்டில் மேலதிகமாகச் சேர்ந்த பணத்தில் $197,000 ரொறொன்ரோ தமிழ் இருக்கைக்கு வழங்கப்பட்டது. அத்துடன் தமிழ் இருக்கை அமைப்பின் இயக்குநர்கள் தங்கள் பங்காக $479,000 அளித்தது ரொறொன்ரோ தமிழ் இருக்கை தொடக்கத்திற்குப் பெரும் உதவியாக அமைந்தது. ரொறொன்ரோவில் நிதி சேகரிப்பு இலகுவாக அமையவில்லை. பத்திரிகைகள், ஒன்றுகூடல்கள், ரேடியோ, தொலைக்காட்சி, சமூக ஊடகங்கள் மூலம் மக்களுக்கு செய்தியை எடுத்துச் சொல்லவேண்டிய அவசியம் ஏற்பட்டது. கோவிட் நோய் பரவல் நிதி சேகரிப்புக்கு பெரும் தடையாக இருந்தது. அப்படியிருந்தும் உலக மக்களின் அமோகமான ஆதரவால் மூன்று மில்லியன் டொலர்கள் சரியாக மூன்று வருடங்களில் வெற்றிகரமாகத் திரட்டப்பட்டது.

ஏன் கனடா?

வெளி நாடுகளில் தமிழை வளர்ப்பதற்கு கனடாவை விட ஒரு சிறந்த நாடு இருப்பதாகத் தெரியவில்லை. தமிழர்களுக்கும், தமிழுக்கும் மிக அணுக்கமான நாடு. தை மாதத்தைத் தமிழ் மரபு மாதமாக கனடிய நாடாளுமன்றம் 2006ல் அறிவித்திருந்தது. ரொறொன்ரோ பல்கலைக்கழகம் இதை முன்னெடுத்து வருடா வருடம் கொண்டாடி வருகிறது. ரொறொன்ரோ பல்கலைக்கழகத்தில் விரைவில் தமிழ் இருக்கைக்கான பேராசிரியர் நியமிக்கப்படுவார். ஆண்டுதோறும் தமிழ் ஆராய்ச்சியில் உலகளாவிய விதத்தில் சிறந்தவருக்கு ரொறொன்ரோ பல்கலைக்கழகம் விருதும் பணமுடிச்சும் வழங்கி கௌரவிக்கும். விருதாளர் பேருரையாற்றி விருதை ஏற்றுக்கொள்வார். அதற்கான தனி வைப்பு நிதி ஏற்கனவே

நிறுவப்பட்டுள்ளது. கனடா, ஒன்ராறியோ மாகாணத்தில் ஒவ்வொரு வருடமும் மே 18ம் நாள் தமிழின அழிப்பு அறிவியல் வாரமாக பேணுவதற்கான சட்டம் ஒருமனதாக நிறைவேறியிருக்கிறது. மூன்று லட்சத்துக்கும் அதிகமான தமிழர்கள் வாழும் கனடா நாட்டில் தமிழை வளர்ப்பதற்கான சூழல் மெச்சும்படியாக உள்ளது.

இருக்கை என்ன செய்யும்?

ரொரொன்ரோ தமிழ் இருக்கை, தமிழ்ச் செவ்வியல் இலக்கியங்களைக் கற்றுத்தருவதோடு பல்வேறு முக்கியமான ஆய்வுகளை முன்னெடுக்கும். தமிழுக்கான அங்கீகாரத்தை அளிப்பதோடு தொடர் பயன்பாட்டிற்கும், முன்னேற்றத்துக்கும் வலுச்சேர்த்து பல கல்வி நிறுவனங்களுக்கு எடுத்துக்காட்டாகச் செயல்படும். ஒரு மொழி பேசும் குழுவினரால் ரொரொன்ரோ பல்கலைக்கழகத்தில் அமைக்கப்படும் முதல் இருக்கை என்பதால் வேறு இருக்கைகளுக்கு முன்மாதிரியாக இது அமையும். தமிழ் மொழியின் தொன்மைக்கும் அதன் மேன்மைக்கும் சாட்சியாக என்றென்றும் நிலைத்து நிற்கும். கனடிய அரசின் நல்கைகள், புலமைப்பரிசில்கள், உதவித்தொகை ஆகியவற்றுக்கு வழிகோலும். பல்நாட்டுத் தமிழ் அறிஞர் மாநாடுகளை சாத்தியமாக்கும்.

என்ன பிரயோசனம்?

நிதி சேகரிக்கும்போது என்னிடம் அதிகமாகக் கேட்கப்பட்ட கேள்வி 'தமிழ் இருக்கையால் எனக்கு என்ன பிரயோசனம்?' என்பதுதான். ஈழத்திலிருந்து, ஒரு வார்த்தை ஆங்கிலம் தெரியாமல் அகதியாகப் புலம்பெயர்ந்து மிக நல்ல நிலைக்கு உயர்ந்து வாழ்பவர்கள் இப்படிக் கேட்பார்கள். 'உங்கள் பிள்ளைகள் இசை கற்கிறார்கள். கராத்தே கற்கிறார்கள். நீச்சல் கற்கிறார்கள். நடனம் கற்கிறார்கள். உங்களை மடியில் கிடத்தி உங்கள் தாயார் பேசியது தமிழ் மொழி. இந்த நாட்டுக்கு நீங்கள் கொண்டுவந்த சொத்து தமிழ் அல்லவா? இரண்டாயிரம் வருடங்களாகத் தலைமுறை தலைமுறையாகத் தொடர்ந்து வந்த மொழிச்சங்கிலி உங்களுடன் அறுந்துபோகிறது. உங்கள் அம்மா பேசிய மொழியை அவர் ஞாபகமாகப் பாதுகாக்க

வேண்டியது உங்கள் கடமையல்லவா?' என்பேன். நான் சொன்னது காற்றிலே கரைந்து எனக்கு மன உளைச்சல் ஏற்படும். அந்த நேரங்களில் எனக்கு ஊக்கம் அளித்து சாமின் நுஸ்ரத் என்ற உலகப் புகழ் சமையல் அரசி சொன்னதுதான். 'நான் தினமும் தோல்வியைச் சந்திக்கிறேன்.'

ரொறொன்ரோ நிதி திரட்டல் அனுபவங்கள்

நிதி திரட்டலின்போது கிடைத்த அனுபவங்களை மறக்க முடியாது. 'ஒல்லாது ஒல்லும் என்றலும், ஒல்லுவது இல் என மறுத்தலும்' என்ற வரிகள் அடிக்கடி ஞாபகத்துக்கு வரும். இல்லாதபோது சிலர் தருவேன் என்றனர். இருக்கும்போதும் மாட்டேன் என்றனர் சிலர். மொன்ரியலில் இருந்து ஒருவர் 30 கேள்விகள் கேட்டார். இருபது தடவை பணம் அனுப்புவதாகச் சொன்னார். பணம் வரவேயில்லை. சில வாரங்களில் பணம் எக்கச்சக்கமாகச் சேரும்; சில வேளைகளில் ஒன்றுமே பெயராது. மனம் சலித்துப் போகும். நற்றிணை யுகன் சொன்னது நினைவுக்கு வரும். 'தண்ணீரில் போட்ட உப்பு அப்படியே கிடக்கும். திடீரென்று கரைந்து போகும். வெற்றி அப்படித்தான். எதிர்பாராத நேரத்தில் வந்து ஆச்சரியப்படுத்தும்.'

நியூசீலாந்திலிருந்து வான்கூவர் வரைக்கும் மக்கள் நன்கொடைகள் அனுப்பினர். இங்கிலாந்துப் பெண்மணி 'தமிழுக்கு நாடு இல்லாவிட்டால் என்ன? எல்லா நாடும் எமக்குச் சொந்தமானதுதான்' என்று கணியன் பூங்குன்றனையும் தாண்டிப் பேசினார். ஆஸ்திரேலியத் தமிழர் 'தமிழ் இருக்கை என்றால் என்ன? அது ஒரு சின்ன தமிழ் நாடுதானே!' சிங்கப்பூர்க்காரர் சொன்னதை மறக்க முடியாது. 'இத்தனை பெரிய தொகையா?' என்றேன். அவர் 'இன்று சொர்க்கத்தில் விடுமுறை' என்றார்.

நிதி நல்கியவர்கள்

ரொறொன்ரோ தமிழ் இருக்கை மூன்று மில்லியன் டொலர் இலக்கை மூன்று வருடத்தில் 26 ஏப்ரல் 2021 அன்று எட்டியது. அதாவது கெடுவுக்கு 26 மாதங்களுக்கு முன்னரே இலக்கை அடைந்துவிட்டது. 4,143 உலக மக்களும், தமிழ் அமைப்புகளும்,

இலக்கிய வாசகர்களும், ஈழத்து பள்ளிக்கூடங்களிலிருந்து நிதி சேர்த்து அனுப்பிய மாணவர்களும் இந்த வெற்றிக்கு பெரிதும் உதவியிருக்கிறார்கள். தமிழக அரசு வழங்கிய 173,317 டொலர்களும், தி.மு.க வழங்கிய 16,513 டொலர்களும், தந்தை செல்வநாயகம் அறக்கட்டளை வழங்கிய 250,000 டொலர்களும், பெயர் சொல்ல விரும்பாத தமிழ் அன்பர் ஒருவர் வழங்கிய 500,000 டொலர்களும் தமிழ் இருக்கைக்குத் தேவையான மூன்று மில்லியன் டொலர் இலக்கை துரிதமாக அடைய உதவின.

படிப்பினைகள்

தமிழ்ப் பற்றாளர்களும், ஆர்வலர்களும், கொடையாளர்களும் உலகம் முழுக்க நிரம்பியிருக்கின்றனர். இவர்களைக் கண்டு பிடிப்பதில்தான் வெற்றி தங்கியிருக்கிறது. பத்திலே ஒருத்தர் நன்கொடை வழங்கினார். பத்துப்பேர் வழங்க வேண்டுமென்றால் நூறு பேரை அணுகவேண்டும். கலைஞர்கள், கல்வியாளர்கள், தொண்டு நிறுவனங்கள், தமிழ் அமைப்புகள், கிராம நலன்புரி சங்கங்கள், முதியோர் அமைப்புகள், பள்ளிக்கூட பழைய மாணவ மாணவியர் அமைப்புகள் ஒத்துழைத்ததனால் கிடைத்து இந்த வெற்றி. அந்தந்தச் சங்கங்கள் நிதி திரட்டலைத் தகுந்த தலைவரிடம் ஒப்புவித்துதுதான் வெற்றியின் முதல் படி. 'இதனை இதனால் இவன் முடிக்கும் என்றாய்ந்து அதனை அவன்கண் விடல்.' இதுவே மந்திரம்.

பாராட்டுகள்

வைதேகி அம்மையாரை எவ்வளவு பாராட்டினாலும் கொஞ்சம் எஞ்சும். அவர் ஆரம்பித்து வைத்த பொறி 'மரம்படு சிறு தீப்போல்' பரவி இன்று ஹார்வர்ட், ரொறொன்ரோ, நியூயோர்க், ஹூஸ்டன், லண்டன், பேர்க்லி, ஜேர்மனி என உலகமெங்கும் வியாபித்திருக்கிறது. இன்று உக்கிரெய்ன் மொழிக்கு ஓர் இருக்கை வேண்டுமென்றால் உக்கிரெய்ன் நாடு ஏற்பாடு செய்யும். ஐஸ்லாண்டிக் மொழிக்கு ஐஸ்லாண்ட் அரசாங்கம் உதவி செய்யும். தமிழுக்கு நாடு இல்லை. ஆகவே நாம்தான் செய்யவேண்டும். உலகத் தமிழர்கள் ஒன்றிணைந்து தமிழுக்கான இருக்கை ஒன்றை ரொறொன்ரோ பல்கலைக்கழகத்தில்

நிறுவியது இதுவே முதல் தடவை. 'ஓர் இனக்குழு இணைந்து செயல்பட்டால் அவர்களால் முடியாதது எதுவுமே இல்லை' என்று கனடா நாடாளுமன்றத்தில் தமிழ் இருக்கை வெற்றியைப் பாராட்டிப் பேசிய மார்சி இயென் என்ற உறுப்பினர் கூறினார். இது முடிவல்ல, ஆரம்பம்தான். தமிழின் மேன்மையை முன்னெடுக்கும் கேள்விகளை உலகத் தமிழர்கள் தொடர்ந்து எழுப்பவேண்டும். அவர்கள் ஒன்றிணைந்தால் கிடைக்கும் ஆற்றல் பல நாடுகளின் பலத்துக்குச் சமமானது. என்னுடைய மேசையில் இந்த வாசகம் இருக்கிறது. *If you don't ask, the answer will always be 'No.'* 'நீ கேள்; கேட்காவிட்டால் உனக்குக் கிடைக்கும் பதில் எப்பொழுதும் 'இல்லை' என்பதாகவே இருக்கும்.

இரண்டு டொலர்

வரிசை தொடங்கிய இடமும் முடிந்த இடமும் ஒன்று. நம்பர் 498 பஸ்சுக்கு நான் மட்டுமே தனியாகக் காத்து நின்றேன். சாம்பல் நிறப் பகல். தற்காலிகமாக நான் தங்கியிருந்த இடம் மோசமானது. பஸ் வுட்வார்ட் அவென்யூ வழியாகப் போகும்போது ஏமாற்றுக்காரப் பேர்வழிகள் எல்லாம் ஏறுவார்கள், இறங்குவார்கள். அதையெல்லாம் பார்த்தால் முடியுமா? கோப்பை கழுவும் வேலையிலும் பார்க்க உயர்ந்த வேலை எனக்குக் கிடைத்ததில்லை. நாலாவது வேலையும் போய்விட்டது. என்னுடைய நண்பருக்கு வேண்டிய ஒருவருக்குத் தெரிந்த இன்னொருவர் என்னை நேர்முகத் தேர்வுக்கு வரச் சொல்லியிருந்தார். நல்ல வேலை, இரண்டு மடங்கு சம்பளம் என்றார்கள். சொன்ன நேரத்துக்குள் நான் போய்ச் சேரவேண்டும். அதுதான் முக்கியம். எனக்காக அவர் காத்திருக்க மாட்டார்.

பஸ்சில் இதே பாதையில் பலமுறை போயிருக்கிறேன். குறித்த நேரத்தில் பஸ் இலக்கை அடைந்தால் அது அந்தந்தப் பயணிகளின் கூட்டுமொத்த அதிர்ஷ்டம். ஆகவே நேரம் பிந்துவதற்கு அதிகம் வாய்ப்பு இருந்தது. போவதற்கு இரண்டு டொலர் கட்டணம், திரும்புவதற்கு இரண்டு டொலர் என்பது கணக்கு. என்னுடைய மதிய உணவுக்காக நான் சேமித்து வைத்த காசு இது. வேலை முக்கியமா மதிய உணவு முக்கியமா என

மனதுக்குள் விவாதம் நடந்தது. தூரத்தில், திருப்பத்தில் சாம்பல் பச்சை வர்ண பஸ் வருவது தெரிந்தது. பிரார்த்தனையில் பாதி பலித்து விட்டது. கைக்கடிகாரத்தைப் பார்த்தேன். பஸ்சில் அடிக்கடி சின்னச் சண்டைகள் உண்டாகி அதனால் தாமதம் ஏற்படுவது வழக்கம். எல்லாம் பஸ் சாரதியின் சாமர்த்தியத்தில் தங்கியிருக்கிறது.

பஸ் முக்கால்வாசி நிரம்பியிருந்தது. இரண்டு டொலரை பஸ் சாரதியிடம் தந்துவிட்டு வசதியான இடம் பிடித்து அமர்ந்தேன். எனக்குப் பக்கத்தில் இருந்தவர் கடுதாசிக் குவளை காப்பியைக் குடிக்காமல் கையிலே பிடித்து நல்ல சந்தர்ப்பத்துக்காக அதையே பார்த்துக் கொண்டிருந்தார். அவர் கைவிரல்களில் வரிசையாக வெள்ளி மோதிரங்கள். மற்ற பக்க இளைஞன் இரண்டு பெருவிரல்களாலும் செல்பேசியில் படுவேகமாகக் குறுஞ்செய்திகள் அனுப்பியவண்ணம் இருந்தான். அதே சமயம் புதுச் செய்திகள் டிங் டிங் என வந்து விழுந்தன. என்னுடைய புகழ்பற்றி நேர்முகத்தில் என்னென்ன சொல்லலாம், என்னென்ன சொல்லக்கூடாது என்பது பற்றி திட்டவட்டமாக யோசித்து வைத்திருந்தேன். மறுபடியும் மனதுக்குள் ஒத்திகை பார்த்தேன். இதிலே ஒரு தந்திரம் இருக்கிறது. பெரிய கேள்விகளுக்கு சின்னப் பதில் சொல்லவேண்டும்; சின்னக் கேள்விகளுக்கு பெரிய பதில் தேவை. ஒவ்வொரு தடவையும் தவறாமல் கேட்கப்படும் கேள்வி 'எதற்காகக் கடைசி வேலையை விட்டீர்கள்?' என்பதுதான். '16 கோப்பைகளை உடைத்தேன்' என்று சொல்லமுடியுமா? அமோகமான கற்பனை வளம்தான் என்னைக் காப்பாற்றும்.

பஸ்சிலே 'கஞ்சா உருட்ட அனுமதியில்லை' (*No weed rolling*) என்று எழுதி வைத்திருந்தது. யாராவது கடைசி ஆசனத்தில் இருந்து கஞ்சா உருட்டி புகைக்க ஆரம்பித்தால் ஓட்டுநருக்கும் உருட்டுநருக்கும் இடையில் சண்டை தொடங்கிவிடும். பயணி இறங்கிய பின்னர்தான் பஸ் மேலே போகும். ஐந்து நிமிடம் தாமதமாகிவிடும். அல்லது சில பேர் பஸ்சில் ஏறுவார்கள். பயணிகளிடம் காசு சேகரித்து ஓட்டுநரிடம் கொடுத்து பயணம் செய்வார்கள். இன்னும் சிலர் அப்படி சேகரித்த காசை

சாரதியிடம் கொடுக்காமல் அடுத்த பஸ் நிறுத்தத்தில் பின் கதவு வழியாக இறங்கிப் போய்க்கொண்டே இருப்பார்கள்.

அன்று நான் பலதடவை பிரார்த்தித்தபடியே இருந்தேன். இப்படியான சம்பவம் ஏதாவது நடந்து பஸ் பிந்தாமல் போகவேண்டும். அன்றைய சாரதி கறுப்பு இனத்துப் பெண். கறள் நிறம். பெண் என்றால் நல்லதுதான், மிகக் கண்டிப்பாக இருப்பார். பஸ்சிலே ஏறிய பயணிகள் அனைவரும் என்றுமில்லாதமாதிரி அமைதியாக இருந்தனர். கடைசி சீட்டில் கஞ்சா உருட்டுபவர் ஒருவரும் இல்லை. ஒரு பெண்ணை மட்டும் ஒருவன் உருட்டிக்கொண்டிருந்தான். அடுத்த நிறுத்தத்தில் கறுப்புக் கண்ணாடி அணிந்த உயரமான ஆள், ஒலிம்பிக் பதக்கத்தை அணிவதுபோல தன் பெயர் எழுதிய அட்டையைக் கழுத்திலே தொங்கவிட்டபடி ஏறி அமைதியாக அமர்ந்தார். அவரைத் தொடர்ந்து ஒரு பெண் கையில் குழந்தையையும், மறுகையில் பையையும் காவியபடி செல்பேசியை வாயினால் கவ்விக்கொண்டு ஏறி ஓர் இருக்கையைத் தேடிப் பிடித்து அமர்ந்தார். சரி, நேரத்துக்குப் போய்ச் சேர்ந்துவிடலாம் என்று நிம்மதி ஏற்பட்டது. ஒரு புதுவிதமான பிரச்சினை அன்று உருவாகப் போகிறது என்பது எனக்குத் தெரியாது.

அடுத்துவந்த பஸ் நிறுத்தத்தில் ஒருவர் சக்கர நாற்காலியில் பேருந்துக்காகக் காத்தபடி நிற்பது தெரிந்தது. சக்கர நாற்காலியை பஸ்சில் ஏற்றுவதற்கு ஒரு முறை உண்டு. சாரதி பஸ்சை நிறுத்திவிட்டு கதவைத் திறந்தார். பின்னர் இறங்கு பலகையை இறக்கினார். அது ஆடி அசைந்து கீழே இறங்கி நிலத்துடன் ஒட்டிக்கொண்டு வளைந்து நின்றது. பயணி தன்னுடைய தானியங்கி நாற்காலியைப் பலகைக்கு நேராகக் கொண்டுவந்து பின்னர் மெல்ல மெல்ல ஏறத் தொடங்கினார். உள்ளே வந்ததும் சாரதி தன் ஆசனத்தை விட்டு எழுந்து ஊனமுற்றோருக்காக ஒதுக்கப்பட்ட இடத்தில் நாற்காலியை நிறுத்தி, ஒரு சங்கிலியால் பிணைத்துக் கட்டினார். இதற்கு ஐந்து நிமிடம் எடுத்துக்கொண்டது. நான் கைக்கடிகாரத்தைப் பார்த்தேன்.

பஸ் புறப்படுவதற்காக நாங்கள் காத்திருந்தோம். ஓட்டுநர்

கவர்ச்சியான உயரமான பெண். சிகை சுருண்டு சுருண்டு அவர் தோள்மூட்டை தொட்டு நின்றது. திட்டமிட்டு நேராக்கிய பல்வரிசை. ஒரு பெட்டிக்குள் நிற்பதுபோல தலையைக் குனிந்து பயணி கொடுக்கப்போகும் இரண்டு டொலருக்காகக் காத்து நின்றார். அப்போதுதான் பிரச்சினை ஆரம்பமானது. பயணியையைப் பார்த்தேன். வட்டமான முகம். இடுங்கிய கண்கள். நாற்காலியை நிறைத்து உட்கார்ந்திருந்த அவர் தொப்பை கீழே இறங்கி தொடையில் கிடந்தது. தவளையின் கழுத்துப்போல வீங்கிய தொண்டை.. 'ஆஸ், ஆஸ்' என்று மூச்சுவிட்டார்.

பயணி உட்கார்ந்திருந்தது நாற்காலியல்ல, அவருடைய வீடு. கைப்பிடியில் இரண்டு மூன்று உடுப்புகள் தொங்கின. ஆசனத்துக்குக் கீழே அத்தியாவசியமான சாமான்கள் அடுக்கியிருந்தன. அவர் அணிந்திருந்த உடுப்பில் எட்டு பக்கெட்டுகள். அவர் காசைத் தேடத் தொடங்கினார். ஒவ்வொரு பக்கெட்டாகத் தேடியும் காசு கிடைக்கவில்லை. பின்னர் நாற்காலி கைப்பிடியில் கொழுவிய உடுப்புகளின் பக்கெட்டுகளை ஒவ்வொன்றாக ஆராய்ந்தார். அங்கேயும் காசு இல்லை. சுருண்ட முடி சாரதி பெட்டியை மூடுவதுபோல இமைகளால் கண்களை மூடிக்கொண்டு பொறுமையாக நின்றார். ஏனைய பயணிகள் தங்கள் தங்கள் ஆசனங்களில் நெளிந்தனர். மேலும் ஐந்து நிமிடங்கள் ஓடின.

என்னிடம் இருந்த மீதி இரண்டு டொலரை பயணியின் கட்டணமாக சாரதியிடம் கொடுக்கலாமா என்று யோசித்தேன். திரும்பும்போது நடந்து போய்விடலாம். ஆனால் சில சமயங்களில் உதவி செய்ய இயலாது. ஊனமுற்றவர் எரிந்து விழுவார்; சத்தம் போடுவார். சாரதியும் என்ன செய்வார் என்று ஊகிக்க முடியாது. அங்கே நடக்கும் சம்பவங்களை எல்லாம் பஸ்சில் பொருத்திய வீடியோ காமிரா படம் பிடித்துக் கொண்டிருந்தது. ஆகவே அதையும் யோசிக்க வேண்டும். எவ்வளவு நேரம்தான் இவர் பக்கெட்டுகளை ஆராய்வார். இறுதியில் ஏதோ கொசு கடித்ததுபோல உடம்பின் கீழ்ப்பாகத்தை மெல்ல ஆட்டினார். உதடுகளைச் சுருக்கி பிரயத்தனமாக வாயைத் திறந்தார். ஆனால்

வார்த்தை வெளியே வரவில்லை. அவர் தலையைக் குனிந்து நெஞ்சிலே ஒட்டுவதுபோல வைத்துக்கொண்டார்.

பஸ்சிலே கோடு கோடாக வெளிச்சம் இறங்கத் தொடங்கியிருந்தது. நான் என் முகத்தை பஸ் யன்னலில் பார்த்தேன். பதற்றமாகத்தான் தென்பட்டது. சாரதி சங்கிலி பூட்டை திறந்து பயணியின் நாற்காலியை விடுவித்தார். பஸ் கதவைத் திறந்தார். இறங்கு பலகை மெதுவாக ஆடி அசைந்து இறங்கி நிலத்தைத் தொட்டு நின்றது. பயணி சாவகாசமாக தன்னுடைய சக்கர நாற்காலியை இயக்கி லாகவமாகத் திருப்பி நிலத்தை அடைந்து பஸ்சிலிருந்து நகர்ந்து இடம் விட்டார். சாரதி மறுபடியும் விசையை அமர்த்தி பலகையை உள்ளே இழுத்தார். கதவைப் பூட்டினார். மேலும் ஐந்து நிமிடங்கள் கடந்தன.

மறுபடியும் பஸ் கிளம்பி சிறிது தூரம் நகர்ந்திருக்கும். நாற்காலிப் பயணி கைகளை மேலே தூக்கி ஆட்டி 'இரண்டு டொலர், இரண்டு டொலர்' என்று கூவினார். இத்தனை நேரமும் அவர் கையில் இரண்டு டொலர் இருந்ததை மறந்துவிட்டார். பஸ் சாரதி முடிவு எடுக்க வேண்டிய நேரம். பஸ்சை நிறுத்தி கொஞ்சம் பின்னுக்கு நகர்த்தினார். கதவைத் திறந்தார். இறங்கு பலகையை இறக்கினார். அது மெல்ல அசைந்து அசைந்து இறங்கி நிலத்தைத் தொட்டது. நான் கைக்கடிகாரத்தைப் பார்த்தேன்.

இதற்குத்தான் காத்திருந்துபோல பக்கத்து இருக்கைப் பயணி குவளை விளிம்பிலே சிந்திய காப்பியை நக்கிவிட்டு குடிக்க ஆரம்பித்தார். குதிரை கால்களைத் தூக்கிப் பாய்வதுபோல நான் செல்போன்காரரையும், குறுஞ்செய்திகளையும் கடந்து பின்கதவு வழியாக இறங்கி எதிர்த்திசையில் நடக்கத் தொடங்கினேன். வேலை கிடைக்காவிட்டால் என்ன? நாற்காலிப் பயணி, இரண்டு டொலரைக் கண்டுபிடித்து கொண்டாடப்பட வேண்டிய தருணம் அல்லவா? என் பையில் எஞ்சியிருந்த இரண்டு டொலர் காசுக்கு மதியம் என்ன சாப்பிடலாம் என்ற நினைப்பில் மனம் லயித்தது.

எடிசன் 1891

— சைமன் ரிச்

தமிழில்: அ.முத்துலிங்கம்

'தொந்தரவுக்கு மன்னிக்கவும்,' ஜெட் முனகினான். 'நான் மறுபடியும் ஏதோ குழப்பிவிட்டேன் என்று நினைக்கிறேன்.'

தோமஸ் அல்வா எடிசன் கண்களைச் சுருக்கி அந்தப் பையனைப் பார்த்தார். ஜெட்டுக்கு மூளை கிடையாது என்ற விசயம் சில காலமாக அவருக்குத் தெரியும். ஆனால் சமீபத்தில்தான் இந்தப் பையன் உண்மையான முட்டாள்தான் என்று சந்தேகப்படத் துவங்கியிருந்தார்.

'இப்பொழுது மீண்டும் என்ன?' எடிசன் முணுமுணுத்தார்.

'நீங்கள் ஐந்து செண்டிலிட்டர் கலக்கச் சொன்னீர்களா?'

'இல்லை, ஐந்து மில்லி லிட்டர்.'

பக்கத்தில் இருந்த கண்ணாடிக் குடுவை கூர்மையான கண்ணாடித் துண்டுகளை சிதறியடித்தபடி வெடித்தது.

'மன்னிக்கவும்' ஜெட் குழைந்தான்.

எடிசன் துடிக்கும் நெற்றியைத் தேய்த்தார். அவர் உள்ளூர் பையன் ஒருவனை ஆய்வுக்கூடத்தில் கூடமாட உதவி செய்வதற்காக

சேர்த்திருந்தார். ஆனால் ஒரு சின்ன வேலையைக்கூட சரியாகச் செய்ய அவனுக்குப் புத்தி எட்டவில்லை. விஞ்ஞானத்துக்கு இந்தப் பையன் ஏதாவது பங்களிக்க விரும்பினால் அவனுடைய சிறந்த கொடை அவன் மூளைதான். அதை வெட்டி ஆராய்ந்தால் ஒரு மூடனின் மூளை எப்படிச் செயல்படுகிறது என்ற உண்மை விஞ்ஞானிகளுக்குக் கிடைக்கும். அவனால் வேறு ஒரு பயனும் இல்லை.

சிலவேளை ஒரு பிரயோசனம் இருக்கலாம்.

'நான் என்ன செய்யவேண்டும்?' ஜெட் கேட்டான்.

'நீ சும்மா நில். இதோ, இந்த இடத்தில்' எடிசன் சொன்னார்.

உலோகத்தாலும், கண்ணாடியாலும் உருவாக்கப்பட்ட சதுரமான ஒரு கருவியின் முன்னால் பையனை நிறுத்தினார்.

அவர் சொன்னார், 'ஓகே, அக்சன்.'

'என்ன?' பையன் திருதிருவென முழித்தான்.

'ஏதாவது செய். உன் உடம்பை சும்மா ஆட்டு.'

'என்ன மாதிரி?'

'எதுவென்றாலும் பரவாயில்லை.'

எடிசனுக்குப் பொறுமையைக் கடைப்பிடிப்பது கடினமான ஒன்றாக மாறிக்கொண்டு வந்தது.'

'இதோ' பையனிடம் இரண்டு நீள்சதுரமான தடிகளைக் கொடுத்தார். 'இவற்றைச் சும்மா உன்னைச் சுற்றி சுழட்டு.'

தடிகளைப் பெற்றுக்கொண்டு ஜெட் தன் தலைக்கு மேல் அவற்றை இங்குமங்கும் வீசினான். அதைப் பார்க்க கொஞ்சம் பரிதாபமாகத்தான் இருந்தது. ஆனால், அது இப்போது முக்கியமில்லை. எடிசன் தன்னுடைய மகத்துவமான கினெட்டோகிராஃப் கண்டுபிடிப்பை உலகத்திற்குக் காட்டவேண்டும்.

அதிவேகமாக மூடித் திறக்கும் காமிராக் கண்கள் வழியாக அவரால் உயிருள்ள புகைப்படங்களைப் படைக்க முடியும். அதாவது நகரும் படங்கள். அவர் கண்டுபிடித்த பாட்டுப் பெட்டி அவருக்கு புகழைத் தேடித் தந்தது. மின்சார பல்ப் பணத்தைக் குவித்தது. ஆனால் இந்தக் கருவி அவருக்கு சாகாவரம் தரக்கூடியது. அவர் பெயரை நிரந்தரமாக நிலைக்கச் செய்யும். இது, அவருக்குத் தெரியும், உலகத்தை என்றென்றைக்குமாக மாற்றிவிடும்.

தன்னுடைய திரைப்படத்துக்கு எடிசன் கொஞ்சம் கேலி தொனிக்கும் விதமாக சூட்டிய பெயர் 'நியூவார்க் விளையாட்டு வீரன்'. மக்களுக்கு அது பிடிக்கும் என்பது அவர் எதிர்பார்த்ததுதான். அவருடைய ஆய்வுக்கூடத்தில் முதல்தடவையாக அதை வெளியுலகத்துக்குக் காட்டியபோது கிடைத்த எதிர்வினை அவர் கனவிலும் நினைத்திராத ஒன்று. அவர் அழைப்பை ஏற்று வந்திருந்த பத்திரிகை நிருபர்கள் எழுந்து நின்று கைதட்டி ஆரவாரித்தார்கள். சிறுவர்களைப்போல சத்தமிட்டு சிரித்து கும்மாளமிட்டனர்.

எடிசன் சொடக்குப்போட்டதும் அவரிடம் சுருட்டை நீட்டுவதற்கு ஜெட் ஓடி வந்தான். 'கேள்விகள் ஏதாவது உண்டா?' எடிசன் நிருபர்களைப் பார்த்துக் கேட்டார். அவர்கள் கூச்சலிடத் தொடங்கினார்கள். 'இதோ, இவன்தான் நியூவார்க் விளையாட்டு வீரன்' ஒருவர் ஜெட்டைச் சுட்டிக்காட்டிக் கத்தினார்.

எடிசன் ஜெட்டைத் திரும்பிப் பார்த்தார். அவன் அத்தனை பேரின் கவனமும் தன்மேல் விழுந்ததைக் கண்டு ஆச்சரியப்பட்டு இளித்தபடி நின்றான்.

'ஆம், உண்மை. இவனைத்தான் நான் என்னுடைய கண்டுபிடிப்பைக் காட்டுவதற்காகப் பயன்படுத்தினேன். ஏதாவது கேள்விகள்?'

நிருபர் ஒருவர் கையைத் தூக்கினார். 'இந்தப் பையனிடம்

ஒரு கேள்வி கேட்கலாமா?'

எடிசன் திணறிப்போனார். ஆனாலும் அந்த நூதனமான வேண்டுகோளினால் பெரிதாக ஆபத்து ஒன்றும் இல்லை என்று பட்டது.

'அதற்கென்ன, பிரச்சினை இல்லை' என்றார்.

நிருபர் வெட்கத்துடனும் பதற்றத்துடனும் ஜெட் பக்கம் திரும்பினார்.

'ஆ, இது சிலிர்ப்பூட்டுகிறது. முதலில் நான் சொல்ல விரும்புவது உங்கள் திரைப்படம் என்னைக் கிறங்கடித்துவிட்டது என்பதைத்தான்.'

சுருட்டுப் புகைத்தபடி நின்ற எடிசனுக்கு ஒரு கணம் மூச்சு நின்றுவிட்டது. அது ஜெட்டுடைய திரைப்படம் அல்ல; அவருடையது. கணத்துக்குக் கணம் அதிகரிக்கும் எரிச்சலுடன் அந்த நிருபரின் பிதற்றல்களைச் செவிமடுத்தார்.

'நாங்கள் எல்லோரும் கேட்க விரும்பும் கேள்வி என்னவென்றால், எப்படி உங்கள் பாத்திர நடிப்புக்கு வேண்டிய தயாரிப்புகளைச் செய்தீர்கள்?'

பையன் தோள்களை அசைத்தான். 'பெரிதாக ஒன்றுமில்லை. சும்மா காமிராவுக்கு முன் நின்றதுதான் நான் செய்தது.'

நிருபர் தலையை ஆட்டினார். 'அப்படியே உங்களுக்கு அமைந்தது. நான் விளையாட்டு வீரனாக மாறவேண்டும் என நினைத்தீர்கள். அப்படியே ஆனது.'

மறுபடியும் ஜெட் தோள்களை ஆட்டினான். 'அப்படித்தான் நினைக்கிறேன்.'

'ஒ, ஒ' நிருபர் ஆச்சரியத்துடன் தலையை ஆட்டினார். 'ஒ கடவுளே.'

'ஓகே.' எடிசன் பவ்வியமாக இடைமறித்தார். 'அது நல்ல கேளிக்கைதான். எனக்குக் கேள்விகள் உள்ளனவா? அதாவது இந்த அரிய கருவியைக் கண்டுபிடித்த எனக்கு ஏதாவது கேள்வி இருக்கிறதா?'

பின்வரிசையில் இருந்த ஒரு நிருபர் கத்தினார். 'ஜெட், திரைத்துறையில் புதிதாக ஈடுபட விரும்பும் ஒருவருக்கு உங்கள் அறிவுரை என்ன?'

ஜெட் தோள்களை ஆட்டி 'எனக்குத் தெரியாது' என்றான்.

'தயவுசெய்து' நிருபர் மன்றாடினார்.

ஜெட் தலையைச் சொறிந்தான். 'நான் நினைக்கிறேன், உங்கள் கனவைத் தொடருங்கள்.'

கூட்டம் கைதட்டி ஆரவாரித்தது.

எடிசன் மறுபடியும் நிருபர்களின் கவனத்தைத் தன் பக்கம் திருப்ப முயன்றார். ஆனால் அதற்கான தருணம் ஏற்கனவே கடந்துவிட்டது.

எடிசனைத் தாண்டி எல்லோரும் ஜெட்டிடம் ஓடினார்கள். அவனைச் சுற்றி நின்று அவனுடைய தனிப்பட்ட வாழ்க்கை பற்றிக் கேள்விகளால் துளைத்தார்கள்.

'இல்லை, நான் ஒருவரையும் இப்பொழுது பார்க்கவில்லை.' அவன் சொல்வது எடிசனின் காதில் விழுந்தது.

'ஒருவரையும் பார்க்கவில்லை என்றால் என்ன பொருள்? காதலிக்கவில்லை என்றா?'

'சும்மா பேசிப் பழகுவதுதான்.'

'பேசிப் பழகுதல் மட்டும்தானா?'

அவருடைய ஆய்வுக்கூடத்துக்குள் நின்ற கும்பல் அவரையே வெளியே தள்ளிவிட்டதை எடிசன் அதிர்ச்சியுடன் உணர்ந்தார். நிருபர்கள் அவரைத் தாண்டி காமிராக்களைத் தூக்கிக்கொண்டு பாய்ந்தனர். காமிரா பல்ப் பவுடர் அவர் முகத்தில் தெறித்தது. தொண்டையில் மக்னீசியம் புகை நிரம்பி எடிசன் இருமினார். அவர் முழங்கால்கள் மடிந்து சாய்ந்தபோது அவருக்கு ஒன்று புலப்பட்டது. அவருடைய முன்கணிப்பு உண்மையாகிவிட்டது. இந்தத் தடவை அவர் உலகை என்றென்றைக்குமாக மாற்றிவிட்டார்.

தங்கத் தாம்பாளம்

ஐம்பதுகள் என் வாழ்க்கையில் முக்கியமான காலகட்டம். இந்த வருடங்கள்தான் என்னை உருவாக்கின. நான் பிற்காலத்தில் என்ன ஆவேன் என்பதைத் தீர்மானித்த வருடங்கள். அப்போதெல்லாம் அது தெரியவில்லை. இப்பொழுது திரும்பிப் பார்க்கும்போதுதான் அவை துல்லியமாகத் தெரியத் தொடங்குகின்றன.

என் அண்ணர் எங்கள் கிராமமான கொக்குவிலுக்கு கொழும்பிலிருந்து வந்தார். அவர் வந்தால் கொண்டாட்டம்தான். ஆனால் கோபம் வந்தால் கடுமையாக நடந்துகொள்வார். ஐந்து சதத்துக்கு வாங்கிய பராசக்தி வசனப் புத்தகத்தைக் கொடுத்து பாடமாக்கச் சொன்னார். பாடப் புத்தகங்களைத் தள்ளி வைத்துவிட்டு மனனம் செய்யத் தொடங்கினேன். நாலு நாட்கள் கழித்து தன் நண்பர்களுடன் வந்து அமர்ந்துகொண்டு வசனத்தை பேசிக்காட்டச் சொன்னார். அவர்கள் கைதட்டி உற்சாகப்படுத்தினார்கள். சில இடங்களில் சிரித்தார்கள். எனக்கு சிவாஜியையும் தெரியாது; கலைஞரையும் தெரியாது. பராசக்தி படம் பார்த்ததும் இல்லை. அந்த வசனங்களில் மயங்கி என்னைப் பறிகொடுத்தது நினைவிலிருக்கிறது. அதுதான் எனக்கு

கலைஞரைப் பற்றிய முதல் அறிமுகம். சில மாதங்கள் கழித்து பராசக்தி படத்தை நான் பார்த்தபோது, அதன் கதையோ, இசையோ என்னை ஈர்க்கவில்லை. அந்த வசனங்கள்தான் எனக்கு முக்கியமாகப்பட்டன.

அதிலே ஓர் இடத்தில் 'தங்கத் தாம்பாளம், வைர வைடூரியம்' என்று வரும். அது எங்கே என்பது இப்போது நினைவில் இல்லை. அதை நான் உச்சரித்தபோது வீட்டிலே சிரித்தார்கள். வகுப்பிலும் நண்பர்கள் கேலி செய்தார்கள். என்னை 'தங்கத் தாம்பாளம்' என்று கூப்பிட ஆரம்பித்தனர். அது நெடுநாட்கள் நீடித்தது. கால ஓட்டத்தில் அதுவும் ஒருநாள் நின்றுவிட்டது. இன்றைக்கும் யாராவது தங்கத் தாம்பாளம் என்றால் எனக்கு கலைஞரின் ஞாபகம் வரும்.

பராசக்தி திரைப்படம் வருவதற்கு ஒரு வருடம் முன்னர் யாழ்ப்பாணத்தில் மிகப் பிரம்மாண்டமான தமிழ் விழா நடந்தது. இந்தியாவில் இருந்து சிறந்த பேச்சாளர்களும், எழுத்தாளர்களும் வந்திருந்தார்கள். ரா.பி. சேதுப்பிள்ளை, கல்கி, பெதுரான், கி.ஆபெ விசுவநாதம், கி.வா.ஜ இவர்களுடன் தனிநாயக அடிகளும் கலந்துகொண்டதாக ஞாபகம். அறிஞர் அண்ணா வருவதாகப் பேச்சு அடிபட்டது, ஆனால் அவர் வரவில்லை. அவருடைய புகழ் வேகமாகப் பரவிய காலம் அது. மேடையில் பேசியவர்கள் எல்லாம் 'தாய்நாடு சேய்நாடு' என்று முழங்கினார்கள். தாய்நாடு என்றால் இந்தியா, சேய்நாடு என்றால் இலங்கை. அந்த வயதில் நான் அதை முற்றிலுமாக நம்பினேன். இந்தியா முழுக்க தமிழர்களால் நிரம்பியிருக்கிறது என நான் மட்டுமல்ல மற்றவர்களும் நினைத்தார்கள். இந்தியா மிகப் பெரிய சனத்தொகை கொண்ட தேசம். அதில் 6 விழுக்காடுதான் தமிழர்கள் என்பது பின்னாளில் தெரிய வந்தபோது பெரும் ஏமாற்றமாக இருந்தது.

1953ம் வருடம் மறுபடியும் அண்ணர் கொழும்பில் இருந்து அவசரமாக கிராமத்துக்கு வந்தார். எங்கள் வீட்டுச் சுவரில் நிரையாக மாட்டியிருந்த சாமி படங்களுக்குப் பக்கத்தில் அறிஞர் அண்ணாவின் படத்தையும், கலைஞர் கருணாநிதியின்

படத்தையும் மாட்டினார். கல்லக்குடி போராட்டம் முக்கிய கட்டத்தை அடைந்திருந்தது. கருணாநிதி தலைமையில் டால்மியாபுரம் என்ற பெயரை திரும்பவும் கல்லக்குடி என மாற்றவேண்டும் என்ற கோரிக்கையை வைத்து நடந்த போராட்டம் அது. அப்பொழுது கருணாநிதிக்கு வயது 29 மட்டுமே. கருணாநிதி ரயில் தண்டவாளத்தில் தலை வைத்து ரயிலை நிறுத்தினார். தமிழ்நாடு முழுக்கப் போராட்டம் பரவியது. இருவர் கொல்லப்பட்டனர். 5000 பேர் கைதாகினர். கருணாநிதி 6 மாதம் சிறையில் கழித்தார்.

கருணாநிதியின் புகழ் உச்சத்தை எட்டியது அப்போதுதான். ஓர் இடத்தில் கருணாநிதியிடம் கேட்டார்கள் 'இந்தப் போராட்டத்தில் நீங்கள் ரத்தம் சிந்தி உயிர் இழந்திருந்தால் என்ன நடந்திருக்கும்?' அவர் பதில் கூறினார், 'அறிஞர் அண்ணா என் ரத்தத்தை எடுத்து பெயர்ப் பலகையில் 'கல்லக்குடி' என்று எழுதியிருப்பார்.' இந்த வாசகம் தமிழ் உலகம் எங்கும் பரவியது. எங்கள் வீட்டில் நடந்ததுபோல இன்னும் பல வீடுகளிலும் கருணாநிதியின் படம் சுவர்களில் ஏறியது. இலங்கைத் தமிழ் பத்திரிகைகள் அவரைத் 'தமிழ்க் காவலர்' என்று அழைத்தன. எல்லோர் உதடுகளிலும் கருணாநிதியின் பெயர் இருந்த அந்தச் சமயம் அவர் யாழ்ப்பாணத்தில் தேர்தலில் நின்று வென்றிருக்கலாம்.

பராசக்தியின் வெற்றியைத் தொடர்ந்து கலைஞரின் வசனத்தில் மனோகராவும், அதன் பின்னர் வீரபாண்டிய கட்டபொம்மன் திரைப்படமும் வெளியாகின. இந்தப் பட வசனங்கள் எனக்கு மட்டுமல்ல, எங்கள் கிராமத்தில் உள்ள பலருக்கும் மனப்பாடம். கோயில் திருவிழாக்களிலும், திருமண வீடுகளிலும் சினிமாப் பாடல்களை ஒலிபெருக்கியில் இரவு பகலாக ஒலிபரப்புவார்கள். முழுக்கிராமழும் அவற்றைக் கேட்டுக் களிக்கும். கலைஞர் வருகைக்குப் பின்னர்தான் வசனங்களை ஒலிபரப்ப ஆரம்பித்தார்கள். கலைஞர் ஒரு புது சகாப்தத்தை உண்டு பண்ணினார். பின்னாட்களில் ஹாம்லெட், ரிச்சார்ட் 3 போன்ற ஆங்கிலப் படங்களில் லோரன்ஸ் ஒலிவியரudைய

வசனத்தைக் கேட்பதற்காக சனங்கள் அவர் படங்களை அடித்துப் பிடித்துப் பார்த்தனர். ஆனால் கலைஞரின் வசனங்கள் ஏற்படுத்திய தாக்கத்தை வேறு எந்த நாட்டிலும் காணமுடியாது. இப்பொழுது யோசித்துப் பார்க்கும்போது உலகத்திலேயே எந்த மொழியிலும் சினிமா மூலம் இப்படியான ஓர் எழுச்சி உண்டாகியிருக்கவில்லை என்பது தெரியவரும்.

கலைஞரின் அடுக்குமொழி அனைவரையும் வெறிகொள்ள வைத்தது. ஒருமுறை பள்ளிக்கூடத்தில் அடுக்குமொழியில் ஒரு கட்டுரை எழுதி ஆசிரியரிடம் சமர்ப்பித்தேன். வாத்தியார் சொன்னார். 'அடுக்குமொழி உனக்கு நல்லாய்த்தான் வருகிறது. ஆனால் சில வார்த்தைகளை நீ அடுக்கு மொழிக்காகத் தேர்வு செய்வதால் அவை உன் சிந்தனையைத் திருப்பிவிடுகிறது. வார்த்தைகள் உன் சிந்தனையைச் சொல்ல பயன்படவேண்டும். அவை உன் சிந்தனையைத் தீர்மானிக்கக்கூடாது. நீ அடுக்கு மொழிக்கு இன்னும் தயாராகவில்லை.' அப்பொழுதுதான் எனக்கு கலைஞரின் சிந்தனைத் தெளிவும், தமிழ் ஆற்றலும் சற்றுப் புரிய ஆரம்பித்தது.

அதன் பின்னர் கலைஞரின் வளர்ச்சி பிரமிக்க வைப்பதாக இருந்தது. 33 வயதில் சட்டமன்றத் தேர்தலில் வெற்றிபெற்றார். பத்து வருடம் கழித்து மந்திரிப் பதவி கிடைத்தது. 45வது வயதில் முதலமைச்சர் ஆகிறார். 60 வருடங்கள் சட்டமன்ற உறுப்பினர்; 50 வருட தி.மு.க தலைவர்; 14 வயதில் தொடங்கி 94வது வயது வரைக்கும், 80 வருடங்களாகத் தொடர்ந்த பொதுவாழ்க்கை. எத்தனை மகத்தான சாதனை.

கலைஞரின் வாழ்க்கையைத் தொடர்ந்து அவதானிப்பது நான் வெளிநாடு போன பின்னர் கடினமாகிவிட்டது. பல வருடங்களுக்குப் பிறகு நான் மறுபடியும் எழுதத் தொடங்கினேன். 20 வருடங்கள் ஒன்றுமே எழுதவில்லை. என்னுடைய சிறுகதைத் தொகுதியான 'வம்சவிருத்தி' 1996ல் வெளியாகி அதற்கு தமிழ்நாடு அரசு விருது கிடைத்தது. நான் வேலை விசயமாக அலைந்துகொண்டிருந்த நாட்கள் அவை. பதிப்பாளர் எழுதினார், 'நிச்சயம் வாருங்கள். முதலமைச்சர்

கலைஞர் மு.கருணாநிதியின் கையால் விருது பெறும் வாய்ப்பு உங்களுக்குக் கிடைத்திருக்கிறது.' நான் ஆப்கானிஸ்தானில் எங்கோ இருந்தேன். கலைஞரின் எழுத்தாலும், பேச்சாலும் மொழியாலும் கவரப்பட்ட நான் அவரிடம் இருந்து பரிசு பெறும் வாய்ப்பை இழந்தது துயரமானது.

ஈழப் போரின்போது அவர் ஆதரவு ஈழமக்கள் மீதுதான் இருந்தது. ஒரு மாநிலத்தின் முதலமைச்சராக என்னென்ன உதவிகள் செய்ய முடியுமோ அத்தனையும் செய்தார். ஆனால் அவை ஈழப் பிரச்சினையைத் தீர்க்கப் போதுமானதாக இல்லை. சென்னையில் தோழர் பத்மநாபா கொலைக்குப் பின்னர் கலைஞரின் ஆட்சி கலைக்கப்பட்டது. அவருக்கு அது தண்டனை என்றுதான் கொள்ளவேண்டும். அவர் மறுபடியும் ஆட்சிக்கு வர 13 வருடங்கள் பிடித்தன. ஈழ மக்களின் அவலத்துக்கு கரிசனை காட்டியதற்கு அவர் கொடுத்த விலை அது. இந்திய அமைதிப் படை இலங்கை சென்றதைத் தொடர்ந்து எதிர்த்தார். ராணுவம் சென்னைக்குத் திரும்பியபோது அவர் வரவேற்கவில்லை என நிறைய கண்டனங்களை அவர் சந்திக்க வேண்டி நேர்ந்தது. அவர் பொருட்படுத்தவில்லை. கல்லக்குடியில் ஆரம்பித்த அவருடைய போராட்டக் குணம் இறுதிவரை தொடர்ந்தது.

அவர் எழுதி வெளிவந்த 'உளியின் ஓசை' திரைப்படத்தை நான் இருமுறை பார்த்தேன். முதலாவது அவருடைய வசனத்தை ரசிப்பதற்காக. இரண்டாவது, இந்தத் திரைப்படத்தில் ஈழத்துப் பெண்ணான தான்யா முதல் முதலாக இசைஞானி இளையராஜாவின் இசையில் 'கல்லாய் இருந்தேன், சிலையாய் ஏன் வடித்தாய்' என்ற பாடலைப் பாடியிருந்தார். அருமையான இசை, அருமையான பாடல். எனக்கு இரட்டிப்பு மகிழ்ச்சி தந்த படம் அது. அந்தப் பெண்ணை நான் நேர்காணல் செய்து எழுதினேன். கலைஞர் கடைசியாக கதை வசனம் எழுதிய திரைப்படம் 'பொன்னர் சங்கர்'. இந்தப் படத்திலும் எனக்கொரு தொடர்பு இருந்தது. பிரென்டா பெக் என்ற ரொறொன்ரோ பெண்மணி 50 வருடங்களுக்கு முன்னர் அவருடைய 19வது வயதில் தமிழ்நாட்டில் ஓலைப்பாளையம்

கிராமத்துக்குச் சென்று 500 வருடங்கள் பழமையான 'அண்ணன்மார் கதை' பற்றி ஆராய்ச்சி செய்து மானுடவியலில் முனைவர் பட்டம் பெற்றிருந்தார். கிராமத்தில் 19 நாட்கள் அந்தக் கதை சொல்லப்பட்டது. அதைச் சொன்னவர்களுக்கு எழுத வாசிக்கத் தெரியாது. 500 வருடங்கள் வாய் வார்த்தையாக வந்த சரிதத்தை பிரெண்டா முதல் முறையாக ஒலிப்பதிவு செய்தார். கிராம மக்கள் முதன்முதல் பார்த்த ரேப் ரிக்கார்டர் அது. அதற்குப் பொட்டு வைத்து, சூடம் காட்டி, பூஜை செய்தனராம். அந்தப் பதிவுதான் 'அண்ணன்மார் கதைக்கு' இன்று இருக்கும் ஒரே சாட்சி. கலைஞர், பிரெண்டாவைப் பாராட்டி அவரை உலகத் தமிழ் செம்மொழி மாநாட்டுக்கு அழைத்திருந்தார். பிரெண்டாவை நான் நேர்காணல் செய்து உயிர்மை பத்திரிகையில் எழுதியிருந்தேன். அண்ணன்மார் கதை 'பொன்னர் சங்கர்' தலைப்பில் கலைஞரின் கதை வசனத்தில் வெளிவந்தது எனக்கு அதி மகிழ்ச்சியைக் கொடுத்தது. பலதடவை 'பொன்னர் சங்கர்' படத்தை பிரெண்டா பார்த்தார். நானும் பார்த்து மகிழ்ந்தேன்.

சமீபத்தில் தமிழ்நாட்டுக்குச் சுற்றுலா போன கனடியர் ஒருவர் சுற்றுலா ஏற்பாடு செய்தவரைத் திட்டினார். தஞ்சை பெரிய கோயில், மகாபலிபுரம், மெரீனா, வேளாங்கண்ணி என்று பல இடங்களுக்குக் கூட்டிப் போனவர் கன்னியாகுமரியில் உள்ள திருவள்ளுவர் சிலைக்குத் தன்னை அழைத்துப் போகாமல் ஏமாற்றிவிட்டதாக ஆதங்கப்பட்டார். அமெரிக்காவில் சுதந்திரச் சிலைபோல, கனடாவில் சி.என் கோபுரம் போல, பிரான்ஸில் ஈஃபல் கோபுரம் போல தமிழ்நாட்டின் அடையாளமாக வள்ளுவர் சிலை மாறிவிட்டது. வள்ளுவர் சிலை நிறுவவேண்டும் என்ற தீர்மானம் 1975ல் கருணாநிதி அரசால் நிறைவேற்றப்பட்டது. 25 வருடங்களுக்குப் பின்னர்தான் அது கைகூடியது. புத்தாயிரம் தொடக்கத்தில் அய்யன் வள்ளுவர் சிலையை அன்றைய முதல்வரான கலைஞர் கருணாநிதி திறந்து வைத்தார். திருக்குறளின் 133 அதிகாரத்தை நினைவூட்ட 133 அடி உயரத்தில் சிலை வடிக்கப்பட்டிருந்தது அதன் பெருமை. கலைஞருடைய இலக்கிய வாழ்க்கையில் இது முக்கியமான

நிகழ்வு. பல நூற்றாண்டுகள் கழித்தும் தமிழின் பெருமையைச் சொல்வதோடு அந்தச் சிலை கருணாநிதியின் புகழையும் பறைசாற்றும். தமிழ் நாட்டின் அடையாளமாக நிலைத்து நிற்கும்.

கலைஞரிடம் எனக்குப் பிடித்த இன்னொரு அம்சம் அவரது சிலேடை, சாதுர்யமான பதிலடி மற்றும் நகைச்சுவை. இவற்றை ஆரம்பத்திலிருந்து தொடர்ந்து அவதானித்து வருகிறேன். ஒரு முறை கூட்டமொன்றில் இவருக்கு ஆளுயர மாலை அணிவித்தார்கள். கலைஞர் சொன்னார். 'ஆள் உயர மாலை; ஆளுயர மாலை.' ஈழப்போர் சமயம் புலமைப்பித்தன் உணர்ச்சி வசப்பட்டு 'கலைஞரே, எனக்கொரு துப்பாக்கி கொடுங்கள்' என்று கேட்டார். கலைஞர் 'வேறு ஏதாவது பாக்கி இருந்தால் கேளுங்கள். துப்பாக்கி மட்டும் வேண்டாம்' என்று பதிலிறுத்தார். இன்னொரு சமயம் சட்டமன்றத்தில் ஒருவர் 'கூவம் ஆற்றில் முதலைகள் இருப்பதாகச் செய்திகள் வருகின்றன' என்றார். கலைஞர் 'ஏற்கனவே ஒரு கோடிக்கு மேலான முதலை அல்லவா ஆற்றிலே போட்டிருக்கிறோம்' என்று சபையின் ஆரவாரத்துக்கிடையே பதில் கூறினார் என்று சொல்வார்கள்.

கலைஞர் காலை ஐந்து மணிக்கே எழும்பி அன்றன்றைய பத்திரிகைகள் படித்துவிடுவார். ஒரு முறை அதிகாலை ஆனந்த விகடனைப் படித்துவிட்டு கலைஞர் விவேக்கை பாராட்டியிருந்ததை விவேக் ஓர் இடத்தில் சொல்லியிருப்பார். அதுபோல ஹார்வர்ட் தமிழ் இருக்கை பற்றி நான் ஒருமுறை விகடனில் எழுதியிருந்தேன். அடுத்தநாள் காலையில் சன் தொலைக்காட்சியில் செய்தி வந்தது. ஹார்வர்ட் தமிழ் இருக்கையைக் கலைஞர் ஆதரிப்பதாக. பின்னர் கட்சி சார்பாக பெரு நிதி வழங்கப்பட்டதும் சரித்திரம்.

கலைஞரின் பெருமைகளை நிறையச் சொல்லிக்கொண்டே போகலாம். தமிழ் மொழிக்குச் செம்மொழித் தகுதி கிடைக்க வேண்டுமெனப் பலர் போராடினார்கள். இறுதியில் கலைஞரின் பெருமுயற்சியால் அது 2004ம் ஆண்டு சாத்தியமானது. அதைத் தொடர்ந்து முதன்முறையா 9வது தமிழ்ச் செம்மொழி

மாநாட்டை அறிவித்து அதை கோவையில் 2010ல் சிறப்பாக நடத்தினார். அத்துடன் தமிழ் இணைய மாநாட்டையும் சேர்த்து நடத்த உதவினார். இதற்கு எதிர்ப்பு இல்லாமல் இல்லை. எனினும் 49 நாடுகளில் இருந்து 536 தமிழறிஞர்கள் உற்சாகமாகக் கலந்துகொண்டார்கள். மாநாட்டின் இலச்சினை 'பிறப்பொக்கும் எல்லா உயிரும்' என்று இருந்தது உலக மக்களைக் கவர்ந்தது.

பல சாதனைகளைப் பட்டியலிடலாம். மெட்ராஸ் என்ற பெயரை நீக்கி சென்னை என மாற்றியது. 1942ல் துண்டறிக்கையாகத் தொடங்கி பின்னர் அதை முரசொலி பத்திரிகையாக மாற்றி 75 வருடம் நடத்தி பவளவிழா கொண்டாடியது. மனோன்மணியம் சுந்தரனார் பாடலை, தமிழ்த்தாய் வாழ்த்தாக அங்கீகரித்தது. திருநங்கை எனப் பெயர்சூட்டி அவர்களுக்குச் சமுதாயத்தில் கௌரவம் வழங்கியது. சர்வதேசத் தரத்தில் பேரறிஞர் அண்ணா நூற்றாண்டு நூலகம் அமைத்தது. இன்றும் எங்கள் கிராமத்துக்குச் சென்றால் தனசேகரன், ஞானசேகரன், குணசேகரன் என்ற பெயர்களைக் காணலாம். பராசக்தியில் ஆரம்பித்து வைத்த விசை 60 வருடமாகத் தொடர்கிறது. இப்படியான தகைமை சாதாரணமான ஒருவருக்குக் கிடைப்பதில்லை. இன்றைக்கும் தங்கத் தாம்பாளம் என்று யாராவது சொன்னால் என் மனதில் முதல் தெரிவது கலைஞரின் உருவமே. அவர் புகழ் மங்காது என்றென்றும் ஒளிவீசும்.

இரு கவிகள்

சென்ற வாரம் ரொரொன்ரோவில் இரண்டு கவிகளைச் சந்தித்தேன். தனித்தனியாக. ஒரு கவியைச் சந்திப்பதே சிரமமான காரியம். ஆனால் சில அதிசயங்கள் நடக்கத்தான் செய்கின்றன. அன்று காலையே சந்தைப்படுத்தும் தொலைபேசி அழைப்புகள் வரத்தொடங்கிவிட்டன. தலைமைப் பண்பு எனத் தொடங்கும் ஓர் அழைப்பு வந்ததும் திடுக்கிட்டுவிட்டேன். பின்னர்தான் தெரிந்தது அது தலை மை விளம்பரம் என்று. மனிதக் குரல் என்றாலும் சகித்துக் கொள்ளலாம். மெசின் குரல்மீது எப்படி எரிச்சலைக் காட்டுவது.

காலை வேளைகளில் தொடர்ந்து மெசின்கள் அழைப்பது பற்றி யோசித்துக்கொண்டிருந்தபோது வீட்டு அழைப்பு மணி அடித்தது. கதவைத் திறந்தேன். பெருங்கவிக்கோ வா.மு. சேதுராமன் வாசலில் நின்றார். பக்கத்தில் சட்டத்தரணி மனுவல் ஜேசுதாசன். அவர்தான் அவரைக் கூட்டி வந்திருந்தார். பெருங்கவிக்கோவின் புகைப்படங்களைப் பத்திரிகைகளில் அடிக்கடி பார்த்திருக்கிறேன். இப்பொழுதுதான் அவரை நேரிலே பார்க்கிறேன். அவருடைய சால்வையோ, உடையோ என் கண்ணில் படவில்லை. மீசையை மட்டுமே பார்த்தேன்.

ஒரு நுனியில் ஆரம்பித்து மறு நுனி வரை அளந்தால் ஓர் அடி தேறும். ஆனால் அதை முழுமையாகப் பார்க்க முடியவில்லை. ராமாயணத்தில் ராமனுடைய அழகை வர்ணிக்கும் ஓர் இடம் வரும். அவனுடைய ஒரு தோளைப் பார்த்தால் அடுத்த தோளைப் பார்க்க முடியாது. அவ்வளவு அகலமாக இருக்குமாம். இரண்டையும் பார்ப்பதற்கு இன்னும் கொஞ்சம் நீளமான கண்கள் தேவை என்று பாடல் சொல்லும். அவருடைய முழு மீசையையும் பார்ப்பதற்கு நீளமான கண்கள் இல்லையே என்று எனக்குப் பட்டது. பெருங்கவிக்கோவின் முகத்தில் பெரும் சிரிப்பும் இருந்தது. 'வாருங்கள், வாருங்கள்' என்று வரவேற்றேன். அவர் உடம்பு முழுக்க குதூகலம் நிறைந்திருந்ததைக் காணமுடிந்தது.

அவரிடம் ஒரேயொரு கேள்விதான் கேட்டேன். 'நீங்கள் ஏன் சினிமாவுக்குப் பாட்டு எழுதுவதில்லை?' அந்தச் சின்னக் கேள்விக்கு அவர் சொன்னதுதான் மீதி எல்லாம்.

'ஆரம்பத்தில் என் வாழ்நாள் லட்சியம் சினிமாவுக்குப் பாடல் எழுதுவதாகத்தான் இருந்தது. அவரைப் பிடித்து, இவரைப் பிடித்து பைத்தியமாக அலைந்தேன். ஸ்டூடியோ ஸ்டூடியோவாக ஏறி இறங்கினேன். இயக்குநர்களை, அவர்கள் சாப்பிடும்போது சென்று சந்தித்தேன். அவர்கள் கைகள் சோற்றைப் பிசைந்த படி இருக்கும். வாய் மேலும் கீழுமாக அசையும். அதிலே ஒரு தந்திரம் இருந்தது. அப்பொழுதுதான் அவர்கள் எழும்பி ஓடமுடியாது. ஏற்கனவே அனுபவப்பட்டவர்கள் எனக்கு அந்த யுக்தியைச் சொல்லித் தந்திருந்தார்கள். தயாரிப்பாளர்கள் வீட்டு வாசல்களில் நெடுநேரம் நிற்கப் பழகிக்கொண்டேன். கால்களில் விழாத குறைதான். பாடல் எழுதும் வாய்ப்பு மட்டும் கிடைத்தபாடில்லை.

இறுதியில் நான் எதிர்பார்க்காத சமயம் எங்கேயிருந்தோ ஓர் அழைப்பு அவசரமாக வந்தது. அவரிடம் என் பெயர் எப்படிப் போய்ச் சேர்ந்தது என்பது இன்றுவரை தொடரும் மர்மம். சாண்டோ சின்னப்ப தேவர் எடுக்கும் 'துணைவன்' படத்துக்குப் பாடல் எழுதவேண்டும். எத்தனை பெரிய வாய்ப்பு? ஸ்ரீதேவியின்

முதல் படம். அதில்தான் ஐந்து வயது ஸ்ரீதேவி முருகன் வேடத்தில் நடித்திருப்பார். கே.பி.சுந்தராம்பாள், ஏ.வி.எம்.ராஜன் ஆகியோர் நடித்தார்கள். தேவர் கதைச் சுருக்கத்தைச் சொல்லி எந்தச் சந்தர்ப்பத்தில், என்ன விதமான பாட்டு, யார் பாடுவது போன்ற விவரங்களைத் தந்தார். நான் அங்கேயே மூன்று பாடல்கள் எழுதிக் கொடுத்தேன். தேவருக்குப் பிடித்துவிட்டது. நான் பாடலாசிரியர் ஆகிவிட்டேன்.

அடுத்தநாள் ஒரு செய்தி என்னைத் தேடி வந்தது. கெட்ட செய்திகள் மிக விரைவாகப் பரவிய காலம் அது. அந்த நாட்களில் பிரபலமாயிருந்த ஒரு பாடலாசிரியர் தேவரைப் பார்க்கப் போயிருந்தார். தேவர் என் பாடல்களை அவருக்குக் காட்டினார். 'அவை எடுபடாது' என்று சொல்லி அந்தப் பாடலாசிரியரே வேறு மூன்று பாடல்களை எழுதிக் கொடுத்தார். தேவரும் அவற்றை ஏற்றுக்கொண்டார் எனச் சொன்னார்கள். நான் மறுபடியும் தேவரிடம் ஓடினேன். அவர் நடந்தது உண்மைதான் என ஒப்புக்கொண்டார். நான் என்ன செய்யமுடியும்? காலிலே அணிந்திருந்த செருப்புகளைக் கழற்றி அங்கேயே அந்த இடத்தில் விட்டேன். சிவகாமியின் சபதம், மங்கம்மா சபதம் என்று கேள்விப்பட்டிருப்பீர்கள். நானும் ஒரு சபதம் செய்தேன். 'இனிமேல் சினிமாவுக்குப் பாடல் எழுதி அங்கீகாரம் கிடைத்த பின்னர்தான் மறுபடியும் செருப்பு அணிவேன்.'

அதன் பின்னர் காலிலே செருப்பு இல்லாமல் அலைந்தேன். கி.மு, கி.பி என்பதுபோல என் வாழ்க்கையும் செருப்புக்கு முன்னர், செருப்புக்குப் பின்னர் என்று ஆனது. மனம் தளராமல் மகிழ்ச்சியாக வாழ்க்கையை எதிர்கொள்வது என்னுடைய பண்பு. மறுபடியும் ஒரு வாய்ப்பு வந்தது. இளையராஜா என்ற பெயர் கொண்ட இளைஞர். அப்பொழுதெல்லாம் அவர் இசைஞானி ஆகிவிடவில்லை. கொஞ்சம் கொஞ்சமாகப் பிரபலமாகி வந்தார். நான் பாடல் எழுத அவர் அதற்குத் தகுந்தமாதிரி மெட்டமைத்து அருமையாகப் பாடலைப் பதிவு செய்தார். அடுத்த நாள் நான் நடுங்கிக்கொண்டிருந்தேன். வேறு ஒரு பாடலாசிரியர் வந்து என் பாடலைத் தட்டிப் பறிக்கவில்லை.

ஆனால் பணத் தட்டுப்பாடு காரணமாக தயாரிப்பாளர் படத்தைத் தொடர்ந்து எடுக்கவில்லை. என்னுடைய பாடல் இளையராஜா இசையில் பதிவாகி எங்கேயோ இன்னமும் கிடக்கிறது. சினிமா மட்டும் வெளிவரவே இல்லை.

அப்பொழுதும் நான் முயற்சியை நிறுத்தவில்லை. வெற்றி பெறவேண்டும் என்ற வெறி குறையாமல் மேலும் வேகமாக அலைந்தேன். மறுபடியும் ஒரு வாய்ப்பு வந்தது. படத்தின் பெயர் 'ஞாயிறு திங்கள்.' புதுவிதமான தலைப்பு, புதுவிதமான தயாரிப்பு. என்னை ஒரு ஞாயிறு காலை வந்து தயாரிப்பாளர் பார்க்கச் சொல்லியிருந்தார். நானும் சொன்ன தேதி காலை அவர் வீட்டுக்குச் சென்றேன். அங்கே பெரிய கூட்டம் கூடியிருந்தது. எனக்கு பயம் வந்துவிட்டது. என்னுடைய விதி எனக்கு முன்னரேயே அங்கே வந்துவிட்டதோ என அஞ்சினேன். 'என்ன கூட்டம்?' என்று விசாரித்தேன். தயாரிப்பாளர் அன்று அதிகாலை சற்றும் எதிர்பாராமல் தூக்கத்திலேயே இறந்துவிட்டார் என்று சொன்னார்கள். ஞாயிறு மரணம், திங்கள் இறுதிச் சடங்கு. 'ஞாயிறு, திங்கள்.' அதுதான் என் முயற்சியின் கடைசி நாள். செருப்பு என்ன பாவம் செய்தது? எனக்காக ஐந்து வருடங்கள் காத்திருந்தது. அதன் பின்னர்தான் சினிமாவை விட்டு நான் பிரிந்தேன். ஆனால் செருப்பை விட்டுப் பிரியவே இல்லை.'

★★★

அந்த வீட்டுக்கு முன்னே அவர் இரண்டு கைகளையும் இடுப்பில் வைத்தபடி நின்று பார்த்தார். வயது 60 65 இருக்கும். வெண்முடி. கோடைக் காலம் அதன் முடிவை எட்டியிருந்தது. மெல்லிய குளிராடை அணிந்திருந்தார். வீட்டின் தோட்டம் அழகாகப் பராமரிக்கப்பட்டிருந்தது. இத்தனை ஆர்வமாக தோட்டத்தைப் பார்க்கிறாரே நல்ல ரசனை உடையவர் என்று தோன்றியது. அவரை அங்கே பார்த்த ஞாபகம் இல்லை. பக்கத்துத் தெருவாக இருக்கலாம். பக்கத்து நகரமாகவும் இருக்க வாய்ப்புண்டு. 'உங்கள் கண்கள் ரசிக்கும் கண்கள்' என்றேன். தோட்டம் அப்படி கண்ணைக்

133

கவரும்படியாகத்தான் காட்சியளித்தது. கடும் பச்சைப் புற்கள் அழகாக வெட்டப்பட்டு ஒரு கம்பளம் விரித்திருப்பதுபோல பசுமையாகக் காட்சி தந்தது. விதம் விதமான பூக்கள் செடிகளில் பூத்துக் குலுங்கின. அவசரமாக நடந்து செல்பவரும் ஒரு கணம் வேகத்தைக் குறைத்து காட்சியை ரசித்துவிட்டுத்தான் மேலே செல்வார். என் நினைப்பை உண்மையாக்குவதுபோல காரிலே போன ஒருத்தர் சற்று நிறுத்தி கையினால் சுற்றும் கார் கண்ணாடியை இறக்கி, தோட்டத்தைப் பார்த்துவிட்டு நகர்ந்தார். நான் சிரித்துவிட்டு, 'பாருங்கள் கண்ணாடியை இறக்கி ரசிக்கிறார்' என்றேன். 'அப்பதானே ரசிப்பு பூரணமாகும். கண்ணாடி இடைஞ்சல்தானே. கவிதைக்கு இரண்டு பக்கம் இருப்பதுபோல தோட்டத்துக்கும் இரண்டு பக்கம் இருக்கலாம் அல்லவா?' என்றார். 'என்ன சொல்கிறீர்கள்?' என்றேன். 'கடித உறையை நக்கினால் அது ருசிப்பதற்கு என்று சிலர் நினைக்கிறார்கள்.' அவர் வேறு எங்கோ பாய்ந்துவிட்டார். 'ஏப்ரலில் கறுப்பு ட்யூலிப், ஜூனில் ரோஜா, ஆகஸ்டில் வாள் வீச்சு கிளாடியோலஸ், அக்டோபரில் மரிகோல்ட். என்ன அழகு? மாறிக்கொண்டே இருக்கும் அற்புதம்' என்றார்.

'நீங்கள் கவியா?' என்று கேட்டேன். அவர் ஆச்சரியப்பட்டார். 'எப்படித் தெரியும்?' 'பூக்களின் அழகை வர்ணிப்பதற்கு கவிதையை உதாரணம் சொன்னீர்கள். கிலாடியோலஸ் பூவை வாள் வீச்சு என்று வர்ணித்தீர்கள். உடனேயே எனக்கு புரிந்துவிட்டது. எத்தனை நூல்கள் எழுதியுள்ளீர்கள்?' அவர் சொன்னார், 'எட்டு.' 'கவிதை நூல்களா?' 'ஆமாம்.' 'எங்கே வாங்கலாம்?' 'ஓ, பிரசுரித்தால்தான் கவிதைகளா? எல்லாம் எழுதி வைத்திருக்கிறேன். இன்னும் பதிப்பிக்கவில்லை.' என்னுடைய முகம் மாறியதை அவர் கவனித்துவிட்டார். 'கவிதை படைப்பதுதான் முக்கியம். எப்பொழுது வேண்டுமானாலும் அவற்றைப் பதிப்பிக்கலாம்.'

'நீங்கள் கடைசியாக எழுதிய ஒரு கவிதையைச் சொல்லுங்கள்?' என்றேன். 'ஓ, அதற்கு நிறைய ஞாபகசக்தியை சேமிக்க வேண்டும். மனிதன் மகிழ்ச்சிக் கணங்களை நினைவு

வைத்துக்கொள்வதில்லை. வேதனையான தருணங்கள்தான் அவன் நினைவு அடுக்குகளில் வாழ்கின்றன. இருபது வருடம் சிறையில் கழித்தவன் சிறைச்சாலையைக் கடக்கும்போது என்ன நினைப்பான்? மகிழ்வானா அல்லது துக்கமடைவானா?' 'நூறு கவிதைகள் படைத்த ஒருவர் ஒன்றையாவது நினைவில் வைத்திருக்க மாட்டாரா?' ரோட்டிலே பார்த்த ஒருவரிடம் கேட்கக்கூடாத கேள்வி. ஆனால் அவர் பொருட்படுத்தவில்லை. 'நான் கடைசியாக எழுதிய கவிதை அல்ல. என் ஞாபகத்தில் உள்ள ஒன்றைச் சொல்கிறேன். இளவயதில் சறுக்குப் பலகை ஓட்டுவதில் நான் பெரும் திறமை பெற்றிருந்தேன். என் வயதுச் சிறுவர்களை எல்லாம் தோற்கடிப்பேன். கவிதையின் தலைப்பு 'சறுக்குப் பலகை.'

> எல்லோருமே பையன்கள்
> சிலர் உயரம்; சிலர் கட்டை
> சிலர் வயது கூட; சிலர் வயது குறைய
> புதிய தந்திரம்
> அதுதான் தேவை
> காற்று உடலை
> அறுத்துப் போகும்
> நாங்கள் பறப்போம்
> என்னுடைய தந்திரம்
> அந்தரத்திலே 180 டிகிரி
> திரும்புவது.
> எதிராளிப் பையன்கள்
> அங்கங்கள்
> ஒவ்வொன்றாக உடைந்தன.
> திரும்பவும் திரும்பவும்
> நான்
> திரும்பிக்கொண்டே இருந்தேன்.

இங்கேயும் அங்கேயும் இல்லாமல் 'கவிதை புதிதாக இருக்கிறது' என்று சொன்னேன்.

'நீங்கள் கவிதை எழுதுவீர்களா?' அவர் கேட்டார்.

'அந்தக் குற்றத்தை இன்னும் செய்யவில்லை. செய்தாலும் என் மொழியில்தான் செய்வேன்' என்றேன்.

'உங்கள் மொழி என்ன?'

'மிகப் பழமையான தமிழ் மொழி. 2000 வருடங்களுக்கு முன்னர் பாடப்பட்ட கவிதைகள் கூட இன்னும் வாழ்கின்றன.'

'பத்து வருடம் ஒரு கவிதை உயிர் வாழ்ந்தாலே அது பெரும் வெற்றி என்று எண்ணுகிறோம். 2000 வருடங்களா? நம்புவது கடினம்தான். ஒரு கவிதை சொல்ல முடியுமா?'

'நான் ஒரு கவிதையையும் மனனம் செய்தது கிடையாது. ஞாபகத்திலிருந்து பொருளை மட்டும் சொல்கிறேன்.'

> என் மகன் எங்கே
> என்று கேட்கிறாய்.
> எனக்கு என்ன தெரியும்?
> புலி இருந்து புறப்பட்ட
> குகை போன்ற
> என் வயிறு
> மட்டும் இருக்கிறது.
> மகன் எங்கே இருப்பான்?
> போர்க் களத்தில் பார்.

'சோகமான கவிதை' என்றார். 'இந்தக் கவிதையின் சிறப்பே அதுதான். வீரத்தைச் சொல்லும் கவிதை என்று வாசித்தால் அது வீரத்தைச் சொல்கிறது. சோகத்தைச் சொல்லும் கவிதை என்று பார்த்தால் அதுவும் சரிதான்.'

'நீங்கள் நேற்று இந்த வீட்டைப் பார்த்தபடி நின்றீர்கள். இன்றும் நிற்கிறீர்கள். வேறு வழியில்லை. இதை வாங்கிவிடுங்கள்' என்றேன்

'வாங்குவதா? இது என்னுடைய சொந்த வீடு. கடந்த ஆறுமாதமாக இதை விற்பதற்கு முயன்று வருகிறேன்.'

இடம் மாறியது

பிரபஞ்சன் எழுதிய 'வானம் வசப்படும்' நாவலில் ஓர் இடம் வரும். ஏழைக் கவிராயர் ஒருத்தர் நீண்ட தூரம் பயணம் செய்து ஆனந்தரங்கம் பிள்ளையைப் பார்க்கப் போகிறார். கவிராயரின் மனைவி வீட்டில் சுகவீனமுற்றுக் கிடப்பதால் அவர் மனது சங்கடப்பட்டாலும் நம்பிக்கையுடன் பிள்ளை அவர்களிடம் செல்கிறார். பிள்ளை வீட்டில் இல்லை, களத்தில் இருக்கிறார் என்று சொல்கிறார்கள். கவிராயர் களத்துக்கே போய்விடுகிறார். தான் வரும் வழியில் கவனம் செய்த பாடல் ஒன்றை பிள்ளையின் முன் பாடி அதற்குப் பொருளையும் சொல்கிறார். கவிராயருக்கு யாசகம் கேட்டுப் பழக்கமில்லை. கூச்சத்துடன் நிலத்தைப் பார்த்தபடி நிற்கிறார்.

பிள்ளை உடனே பதில் சொல்லவில்லை. அவரை வீட்டுக்கு அழைத்துச் செல்கிறார். பெரிய தட்டிலே பூ, பழம், வெற்றிலை பாக்கு, பட்டு வஸ்திரத்துடன் பொற்காசுகளாக ஆயிரம் வராகன் பரிசளிக்கிறார். கவிராயர் முகம் பரவசமடைந்து கண்ணீர் துளிர்க்கிறது. அவரைப் பரிசுகளுடன் வண்டியில் ஏற்றி அனுப்பிவைக்கிறபோது பிள்ளை சொல்வார், 'இப்போதைக்கு ஏழ்மையை இடம் மாற்றியாகிவிட்டது. கவலைப்படாதீரும்.'

பிரபஞ்சன் படைப்புகளில் நான் முதலில் படித்தது இந்த நாவலைத்தான். அது படித்து இன்றைக்கு 15 வருடம

ஆகியிருக்கும். அந்த நாவலில் எனக்குப் பிடித்த வசனம் இதுதான். இன்றுவரை ஞாபகத்தில் நிற்கிறது. 'ஏழ்மையை இடம் மாற்றியாகிவிட்டது.' உலகத்திலே ஏழ்மையை ஒழிக்க முடியாது. ஓர் இடத்தில் ஒழித்தால் இன்னொரு இடத்தில் முளைத்துவிடும். இடம் மாற்றத்தான் முடியும். *John Steinbeck* என்ற அமெரிக்க நாவலாசிரியர் எழுதிய *The Grapes of Wrath* நாவலிலும் இப்படி ஓர் இடம் வரும். இந்த உலகில் செல்வந்தர்கள் வருவார்கள், போவார்கள். ஆனால் ஏழைகள் நிரந்தரமானவர்கள். அவர்களை ஒழிக்க முடியாது. இந்த இரண்டு நாவல்களிலும் காணப்பட்ட ஒற்றுமை என்னை வியப்படைய வைத்தது.

பிரபஞ்சனைப் பற்றி அந்தக் காலம் தொட்டு எனக்குள் பெரிய மதிப்பிருந்தது. ஆனால் புத்தக அட்டையில் காணப்படும் அவருடைய சதுரக் கண்ணாடி படத்தைப் பார்க்கும்போது ஓர் அச்சம். கடுமையானவராக இருப்பார் என்றே தோன்றியது. நான் அவரைச் சந்தித்தது கிடையாது. சமீபத்தில் உதயன் விழாவில் கலந்துகொள்வதற்காக ரொறொன்ரோ வந்திருந்தபோது அவரைச் சந்திக்க முடிந்தது. ஸ்டைலாகத் தொப்பி அணிந்து, கறுப்புத்தோல் அங்கி மாட்டி வந்த அவர் அப்படியே என்னைக் கட்டிப் பிடித்துக்கொண்டார். இருபது வருடமாகப் பிரிந்திருந்த நண்பர்கள் சந்தித்ததுபோல அது இருந்தது. இரண்டு நிமிட நேரத்துக்குப் பிறகு அவர் பேசப் பேச நானும் நண்பர்களும் நிறுத்தாமல் சிரித்தபடியே இருந்தோம். அவர் 15 நிமிடத்துக்கு ஒரு முறை வெளியேபோய் சிகரெட் பிடித்துவிட்டு வருவார். நாங்கள் கொஞ்சம் ஓய்வெடுப்போம். மறுபடியும் உள்ளே வந்து அவர் பேசத் தொடங்கியதும் சிரிக்கத் தொடங்குவோம்.

பேச்சு 'வானம் வசப்படும்' நாவலைப்பற்றித் திரும்பியது. அது சாகித்ய அகாதமி பரிசு பெற்ற சரித்திர நாவல். அதை எழுதுவதற்கு எப்படித் தூண்டுதல் கிடைத்தது. சரித்திர நாவல் என்றால் வரலாறு படிப்பதில் நிறைய நேரம் போய்விடும். ஆராய்ச்சிக்குறிப்புகள் எழுதி வைக்கவேண்டும். எப்படி அந்த நாவலை எழுதி முடித்தார் எனக் கேட்டோம். அவர் ஆனந்தரங்கம்பிள்ளை நாட்குறிப்பைப் படித்திருக்கிறார்.

அப்போதே விதை விழுந்துவிட்டது. அந்த நாட்குறிப்பு வித்தியாசமானதாக இருக்கும். 18ம் நூற்றாண்டு பேச்சுத் தமிழுக்கு ஒரே உதாரணம் அந்த டைரிதான். பல இடங்களில் தமிழா அல்லது வேறு மொழியா என ஐயம் தோன்றிவிடும். அந்த டைரியை முழுக்கப் படித்து, புரிந்து அது சம்பந்தமான வரலாற்று நூல்களையும் ஆராய்ந்து முடித்த பின்னரே நாவல் சாத்தியமானது. பத்து வருடத்து உழைப்பு என்று கூறினார்.

அந்த நாவலில் பானு என்றொரு தாசி வருவாள். விருந்து ஒன்றில் அலாரிப்பு ஆடிய பின்னர் பதம் ஆடுவாள். 'ஆறுதலாரடி? அந்த மாதொருபாகனைத் தவிர' என்று தொடங்கும் அருமையான பாடல். இதை யார் எழுதினார்கள் என்று கேட்டதற்கு அவர் தானே அதை எழுதியதாகக் கூறினார். பல வருடங்களாக என் மனதில் கிடந்த சந்தேகத்தை அன்றுதான் என்னால் போக்க முடிந்தது.

பிரபஞ்சனிடம் எழுத்துத் துறைக்கு எப்படி வந்தீர்கள்? எந்த வயதில் எழுதத் தொடங்கினீர்கள்? என்று கேட்டேன். நண்பர் ஜேசுதாசன் வீட்டு இரவு விருந்துக்கு அவர் வந்திருந்தார். அதே விருந்துக்கு நானும் அழைக்கப்பட்டிருந்தேன். பிரபஞ்சன் வெளியே சென்று சிகரெட் பிடித்துவிட்டுத் திரும்பினார். பெரிய கதை பிறக்கப்போகிறது என்று எல்லோருக்கும் தெரிந்தது. விருந்துக்கு வந்திருந்த ஆண்கள் பெண்கள் குழந்தைகள் எல்லோரும் அவரைச் சூழ்ந்துகொண்டார்கள்.

பிரபஞ்சனிடம் காணப்பட்ட முக்கியமான வித்தியாசம் அதுதான். அவர் ஓர் எழுத்தாளரைப் போலவே இல்லை. அந்த வீட்டுச் செல்ல நாய்களுடன் விளையாடினார். குழந்தைகளை இழுத்து வைத்துப் பேசினார். பெண்களுடன் சினிமா பற்றியும், புதுமுக நடிகைகள் பற்றியும் தொலைக்காட்சித் தொடர்கள் பற்றியும் பேசினார். அவர்கள் எல்லோரும் ஒருவர் தவறாமல் அவர் பேச்சில் மயங்கியிருந்தது தெரிந்தது. என்னுடைய மனைவி அடுத்தநாள் காலை சொன்னார். 'பிரபஞ்சன் பெரிய எழுத்தாளர். ஆனால் என்ன நல்ல மனுசன். அவருக்கு எல்லாம் தெரிந்திருக்கிறது. சுவாரஸ்யமாக

வேறு பேசுகிறார். பெரிய அறிவுஜீவிபோல முகத்தைத் தூக்கி வைத்துக்கொண்டு பயமுறுத்தவில்லை. எல்லோரையும் சக மனுசராகப் பார்க்கிறார்.' என் மனைவி தன் மனதில் தொகுத்து வைத்திருந்த எழுத்தாளர் பிம்பத்தை பிரபஞ்சன் போட்டு உடைத்துவிட்டார். என் மனைவியிடமிருந்து ஒரு நற்சான்றிதழ் லேசாகப் பெறக்கூடியது அல்ல. நாற்பது வருட காலமாக நான் அதற்காகத்தான் முயன்றுகொண்டிருக்கிறேன்.

சிகரெட்டை முடித்துவிட்டு பிரபஞ்சன் உள்ளே நுழைந்தார். அவருடைய மதுக் கோப்பையை யாரோ நிறைத்திருந்தார்கள். 'எனக்கு பதினாறு வயதானபோது அப்பா ஒரு நல்ல நோட்டுப் புத்தகம் வாங்கிக் கொடுத்தார். அதன் பளபளப்பான ஒற்றைகளைக் கிழித்து காதல் கடிதங்கள் எழுதத் தொடங்கினேன். அப்படி காதல் கடிதங்கள் எழுதியே அரைவாசி நோட்டுப் புத்தகம் முடிந்துபோனது. காரணம் நான் அப்பொழுதெல்லாம் ஒரு கொள்கை வைத்திருந்தேன். எந்தப் பெண்ணைப் பார்த்தாலும் ஒரு காதல் கடிதம் கொடுக்க வேண்டும் என்று. ஒரு பெண் பள்ளிக்கூடத்துக்குப் போய்விட்டு வீட்டுக்குத் திரும்பும் வழியில் கோயிலை ஒருதரம் சுற்றிவிட்டு வீட்டுக்குப் போவாள். இவளை எப்படியோ தவறவிட்டு விட்டேன். இவளிடம் கடிதம் கொடுப்பதற்கு, சரியான இடம் கோயில்தான் என்று தீர்மானித்தேன். நோட்டுப் புத்தகத்தில் பக்கங்களைக் கிழித்து ஆறு பக்கக் காதல் கடிதம் ஒன்றை எழுதினேன். ஐந்தே முக்கால் பக்கம் அவளை வர்ணித்தது. மீதியில் என் காதலைச் சொல்லியிருந்தேன்.

கோயிலில் அவள் சுற்றியபோது நானும் சுற்றினேன். முதல்நாள் கடிதம் கொடுப்பதற்குப் போதிய தைரியம் வரவில்லை. இரண்டாவது நாள் அவள் பின்னாலேயே போய் பின்னுக்கு நின்றபடி கடிதத்தை நீட்டினேன். அவள் பெற்றுக்கொண்டாள். அதுவே பெரிய வெற்றி. வழக்கம்போல என்னுடைய முகத்தில் எறியவில்லை. துணிச்சலாகக் கடிதத்தைப் பெற்றுக் கொண்டவளுக்கு, அதை ஒளித்து வைக்கும் சாமர்த்தியம் இல்லை. பிடிபட்டுப்போனாள். கடிதத்தைத் தூக்கிக்கொண்டு அவளுடைய அப்பா என் வீட்டுக்கு வேகமாக வந்ததை நான்

பார்த்துவிட்டேன். நான் அதே வேகத்துடன் வீட்டைவிட்டு வெளியேறி முதல் வந்த பஸ்ஸைப் பிடித்து காசு தீருமட்டும் பயணம் செய்து கடைசி பஸ் நிறுத்தத்தில் இறங்கி நின்றேன். இருட்டிக்கொண்டு வந்தது, போக இடமில்லை. எப்படியோ சித்தப்பா தேடி அங்கே வந்து என்னைப் பிடித்துத் திரும்ப வீட்டுக்கு அழைத்துப் போனார்.

என்னை நிற்கவைத்து ஆறுபக்கக் கடிதத்தையும் அப்பா வாசித்து முடித்தார். இந்த பூலோகத்தில் நான் அனுபவித்த அவமானத்தில் அதனிலும் கீழான ஒன்று என் வாழ்க்கையில் பின்னர் நடக்கவில்லை. கடிதத்தை வாசித்து முடித்த பிறகு அப்பா என்ன சொல்லப்போகிறார் என்று ஆவலோடு காத்திருந்தேன். அவர் சொன்னார், 'இவ்வளவு நல்லாய் எழுதுறாயே. இதுவெல்லாம் உனக்குத் தேவையா?' அவ்வளவுதான். என்னைத் தண்டிக்கவில்லை, என் எழுத்துத் திறமையைப் பாராட்டினார். எனக்குள் ஏதோ படைப்பாற்றல் இருக்கிறது என்று என்னை உணரவைத்த தருணம் அதுதான்.'

'உங்களுடையது காதல் திருமணம்தானா?' இது அடுத்த கேள்வி. 'எனக்கு வீட்டிலேதான் பெண் பார்த்தார்கள். சொந்தத்துக்குள்ளே. அப்பா இதுதான் பெண் என்றார். நான் சரி என்றேன். உடனேயே மணமுடித்து வைத்துவிட்டார்கள். எனக்கு வேலை இல்லை. நானா கல்யாணம் வேணும் என்று கேட்டேன். திருமணம் ஆன பின்பு அப்பா என் குடும்பத்தையும் சேர்த்துப் பார்த்துக்கொண்டார். நான் எழுத்து வேலையில் மும்முரமானேன்.'

கனடா வந்த பின்னர் அவருடைய மனைவியிடம் பேசினாரா என்று கேட்டேன். வந்த மறுநாளே தொலைபேசியில் அழைத்ததாகவும், மறுபடியும் அடுத்தநாள் காலை (சனிக்கிழமை) பேசப்போவதாகவும் சொன்னார். இரவு நடுநிசியாகிவிட்டது. விருந்தினர்கள் ஒவ்வொருவராகக் கிளம்பினார்கள். நானும் மனைவியும் விருந்துக்கு அழைத்த தம்பதியினரிடம் நன்றி கூறிவிட்டுப் புறப்பட்டோம். பிரபஞ்சனிடம் மூன்று நாட்கள்தான் பழகியிருந்தேன். ஆனால் நீண்ட வருடங்களாக

அவரைத் தெரியும் என்பதுபோல ஓர் உணர்வு. அவரிடம் விடை பெற்றோம். இரண்டு கைகளையும் விடாமல் பற்றிக்கொண்டு விடை தந்தார்.

விருந்து நடந்தது வெள்ளிக்கிழமை இரவு. ஒரு நாள் கழித்து பிரபஞ்சனுக்கு ஒரு தொலைபேசி வந்தது. பிரபஞ்சனின் மனைவி பாண்டிச்சேரி ஆஸ்பத்திரியில் இறந்துவிட்டார். பிரபஞ்சன் அந்தச் செய்தியை யாருடனும் பகிர்ந்துகொள்ளவில்லை. அந்தச் செய்தியுடனே முழு இரவையும் கழித்தார். தன்னை ரொறொன்ரோவுக்கு அழைத்தவர்களை சங்கடப்படுத்தக் கூடாது என்று அவர் நினைத்திருக்கலாம். அது அவருடைய பெருந்தன்மை. திங்கள் காலை ரொறொன்ரோவிலிருந்து புறப்படும் விமானத்தைப் பிடிப்பதற்குத் தயாராகிக்கொண்டிருந்தபோது அந்தச் செய்தியை அழைத்தவர்களுடன் பகிர்ந்துகொண்டார். இடிபோல வந்திறங்கிய மரணச் செய்தியைக் கேட்டு அவர் மனம் என்ன பாடுபட்டிருக்கும். விமானத்தில் பயணம் செய்த அந்த நீண்ட தூரத்தை எப்படி அவர் தனிமையில் கழித்திருப்பார்.

அந்த வெள்ளிக்கிழமை இரவு விருந்தில் பிரபஞ்சனைச் சுற்றியிருந்து நண்பர்கள் பேசிக்கொண்டிருந்த நேரம் அவர் மனைவி என்ன செய்திருப்பார். அவர் உடல் நலமாக இருந்தாரா அல்லது அப்போதே ஆஸ்பத்திரியில் அனுமதியாகிவிட்டாரா? தான் மனைவியிடம் சனிக்கிழமை காலை பேசப்போவதாக பிரபஞ்சன் சொன்னார். ஆனால் பேசினாரா என்பது தெரியவில்லை. நான் அவருக்கு என்ன ஆறுதல் கூறமுடியும். முதன்முதல் சந்தித்தபோது அவர் என்னை ஆரத் தழுவிக் கட்டிக்கொண்டதை நினைத்துக்கொண்டேன். அதையே அவருக்குத் திருப்பித் தருகிறேன்.

பிரபஞ்சனின் நாவலில் வரும் ஆனந்தரங்கம் பிள்ளை சொன்னதுபோல, உலகத்தில் நிச்சயமானது ஏழ்மைதான். அதை ஒழிக்க முடியாது, இடம் மாற்றி வைக்கலாம். மரணமும் அப்படித்தான், நிச்சயமானது. ஆனால் ஒரே இடத்தில் தங்காது. இடம் மாறிக்கொண்டே இருக்கும்.

தனித்து நின்ற பெண்

அந்த உணவகத்துக்குள் நுழைந்தபோது நான் முதலில் பார்த்தது அந்த இளம் பெண்ணைத்தான். இரண்டு நாற்காலிகள் போட்ட சதுரமான மேசையில் தனியாக உட்கார்ந்திருந்தார். விருந்துக்குப் புறப்பட்டதுபோல ஒப்பனை செய்யப்பட்ட முகம். நல்ல ஆடையில் அலங்காரமாகக் காணப்பட்டார். என்னை இழுத்தது நீண்டுபோன அவருடைய கண்கள்தான். முகத்தில் என்ன உணர்ச்சி என்று சொல்லமுடியவில்லை. மகிழ்ச்சி அல்லது எதிர்பார்ப்பு; இரண்டும் கலந்துகூட இருக்கலாம். கபில நிறத் தேகம். இந்தியராகவோ, ஈழத்தவராகவோ கயானா நாட்டுக்காரராகவோ இருக்கலாம். நிச்சயமாகச் சொல்லத் தெரியவில்லை.

ஏனைய மேசைகள் ஒவ்வொன்றாக நிரம்பத் தொடங்கின. மதிய உணவு என்பதால் அநேகமாக அலுவலகப் பணியாட்கள்தான். காலநிலை காதலர்களுக்கு உகந்ததானதால் அநேக காதலர்களும் அங்கங்கே காணப்பட்டனர். இந்தப் பெண் மட்டும் தனியே அந்த மூலையில் அமர்ந்திருந்தார். அவருடைய மேசைக்கு வலது பக்கம் வாசல் இருந்தது. அடிக்கடி அந்த வாசலைப் பார்த்தார். யாரையோ எதிர்பார்க்கிறார். காதலனாகத்தான் இருக்கும்.

நான் நிறுத்தத் தெரியாமல் கதைக்கும் நண்பன் ஒருவனுடன்

வந்திருந்தது எனக்கு வசதியாகப் போய்விட்டது. அவனாகவே விதம்விதமான உணவு வகைக்கு ஆணை கொடுத்தான். அந்தப் பெண்ணில் அமைதியின்மை தெரிந்தது. செல்பேசியில் ஏதோ எழுதி அனுப்பினார். குறுஞ்செய்தியாக இருக்கலாம். பதில் ஒன்றும் வந்ததாகத் தெரியவில்லை. சிறிது நேரம் பார்த்துவிட்டு டெலிபோனில் யாரையோ அழைத்தார். மறுபக்கத்தில் ஒருவரும் எடுக்கவில்லை. எரிச்சலுடன் செல்பேசியை மேசையில் எறிந்தார். மறுபடியும் வாசலைப் பார்க்க ஆரம்பித்தார்.

எங்கள் உணவு வந்துவிட்டது. என்னால் அமைதியாக உண்ண முடியவில்லை. அந்தப் பெண்ணையே பார்க்கத் தோன்றியது. பரிசாரகன் மறுபடியும் அவர் முன்னேபோய் நின்றான். 'யாரோ நண்பர் வருவதற்காகக் காத்திருக்கிறேன். அவர் தொழில் சம்பந்தமான முக்கிய கூட்டத்தில் இருக்கிறார். விரைவில் வந்துவிடுவார்.' அப்படித்தான் ஏதோ சொல்லியிருக்கவேண்டும். மறுபடியும் செல்பேசியை எடுத்து நீண்ட குறுஞ்செய்தி ஒன்று அனுப்பினார். அவருடைய அழகான முகத்தில் பதற்றம் வந்து இறங்கியது. மெனு அட்டையை மேலும் கீழுமாகப் படித்தார். பின்னர் வாசலைப் பார்க்க ஆரம்பித்தார்.

நாங்கள் உணவை முடித்து ஒருமணி நேரம் தாண்டிவிட்டது. உணவு வாசனை நிறைந்திருந்தது. அந்தப் பெண் என்ன நினைத்தாரோ பரிசாரகனை அழைத்து தன் உணவுக்கு ஆணை கொடுத்தார். உணவு வந்தாலும் அதைத் தொடவில்லை. செல்பேசியை எடுத்துப் பார்ப்பதும், வாசலை நோக்குவதுமாக நேரத்தைக் கழித்தார். பின்னர் ஏதோ நினைத்து உணவை உண்ண ஆரம்பித்தார். உணவகம் நிறைந்து ஒரே சத்தமாகி விட்டது. பக்கத்து மேசையில் இருந்து ஒருவர் வந்து அவருடைய மேசையில் சும்மா இருந்த நாற்காலியை, தான் கடன் வாங்கலாமா என்று கேட்டார். அவருக்கு அழுகை வந்தது. 'இல்லை. என் நண்பர் வருகிறார். எடுக்கவேண்டாம்' என்றார். பின்னர் குனிந்தபடியே உணவை கரண்டியால் அள்ளி வாயில் போட்டார். பரிசாரகர் வந்து பணிவாக எதையோ கேட்டபோது இவர் தலையை மட்டும் ஆட்டினார்.

நாங்கள் உணவை முடித்துவிட்டு இனிப்பை சுவைத்துக் கொண்டிருந்தோம். அப்பொழுது எதிர்பாராத ஒரு சம்பவம் நடந்தது. இரண்டு சீனப் பரிசாரகிகள் ஒரு தட்டிலே கேக் ஏந்தியபடி நடன அசைவுகளுடன் வந்தனர். கேக்கின்மேல் ஒரு மெழுகுத்திரி எரிந்தது. உரத்த குரலில் பிறந்தநாள் வாழ்த்துப் பாடலைப் பாடியபடியே மேசையை அணுகினர். எல்லோருடைய பார்வையும் அந்தப் பெண்ணின்மேல் விழுந்தது. இரண்டு பரிசாரகிகளும் மெய்க்காவலர்போல அவருடைய இருபக்கத்திலும் நின்றனர். அவர் மெழுகுத்திரியை ஊதி அணைத்துவிட்டு கேக்கை வெட்டினார். பின்னர் தன்கையால் ஒரு சிறுதுண்டை எடுத்து தன் வாயினுள் வைத்தார். அவருக்கு ஊட்டவோ, அவர் ஊட்டிவிடவோ ஒருவரும் இல்லை. பரிசாரகிகள் திரும்பிப் போயினர்.

நாங்கள் இனிப்பை முடித்துவிட்டு கோப்பி குடித்துக் கொண்டிருந்தோம். அன்று நண்பர் பேசியது ஒன்றுமே என் நினைவில் இல்லை. பார்வையும் நினைவும் அந்தப் பெண் மேலேயே இருந்தது. மறுபடியும் பெண் ஒருமுறை வாசலைப் பார்த்தார். அவர் முகத்தில் அவமானமும் அளக்க முடியாத சோகமும் கலந்திருந்தது. கைகாட்டி பரிசாரகியை அழைத்து அவள் காதுகளில் என்னவோ சொன்னார். சிறிது நேரத்தில் அவர் சாப்பிட்ட பில் கணக்கைக் கொண்டுவந்து கொடுத்தபோது கடன் அட்டையை நீட்டினார். அது வேலை செய்யவில்லை. பின்னர் தன் கைப்பையைத் திறந்து காசை எண்ணிக் கொடுத்தார்.

பரிசாரகர் 'மீதிக் கேக்கை கட்டித் தரவோ?' என்று கேட்க அவர் வேண்டாம் எனத் தலை ஆட்டினார். எழுந்து நின்று கதிரையில் மாட்டியிருந்த மேலாடையை எடுத்து அணிந்தார். கைப்பையைத் தோளிலே மாட்டினார். பரிசாரகர்கள் வந்து மேசையைச் சுத்தம் செய்து அடுத்த வாடிக்கையாளருக்குத் தயார் செய்தார்கள். அப்பொழுதும் அந்தப் பெண்ணுக்கு புறப்பட மனம் வரவில்லை. வாசலைப் பார்த்தபடி அப்படியே தனியாக நின்றார்.

பெயன் மழை துறந்த புலம்பு உறு கடத்துக்
கவை முள் கள்ளிக்காய்விடு கடு நொடி
துதை மென் தூவித் துணைப் புறவு இரிக்கும்
அத்தம் அரிய என்னார் நம் துறந்து
பொருள் வயிற் பிரிவாராயின் இவ்வுலகத்துப்
பொருளே மன்ற பொருளே
அருளே மன்ற ஆரும் இல்லதுவே.

குறுந்தொகை   174 (வெண்பூதியார்)

In the desolate, rain-forsaken land
The twisted kalli's pods
Open with a crackle
Frightening the mating pigeons
with their close-knit downy feathers.
He has left me languishing.
'In search of wealth,' he said.
He did not mind the risks on the way.
If it comes to that,
then in this world
wealth has all support
and love must stand alone.

[இந்தப் பாடலை மொழிபெயர்த்தவர் பன்மொழி அறிஞரான ம.லெ. தங்கப்பா. சாகித்திய விருது பெற்ற இவர் சமீபத்தில் இறந்துபோனார். இவரை எண்ணும் போதெல்லாம் இந்தப் பாடல்தான் என் ஞாபகத்துக்கு வரும். பாடல் நினைவுக்கு வரும் போதெல்லாம் மேலாடை நுனியை கழுத்துடன் சேர்த்து பிடித்துக்கொண்டு எழுந்து தனியாக நின்ற இந்தப் பெண்ணின் நினைவு மனதில் வந்து போகும்.]